पापा केहते है।

बडा नाम करेगी...

-दिपा वंजारे

ISBN 979-8-89067-860-7

हे पुस्तक माझ्या बाबांना समर्पित आहे.

मी हे पुस्तक माझ्या वडिलांना त्यांच्या ६६ व्या वाढदिवसानिमित्त भेट देत आहे.

This book is dedicated to my dad.

I am gifting this book to my dad for his 66th birthday.

अनुक्रमणिका

Gratitude

First I'm thankful for my dad Mr. Kishor N. Vanjare who is my best friend too. I am thankful for all his support, encouragement, unique teachings and his blessings.

I am thankful for my mom Mrs. Kavita Kishor Vanjare. Mom is always a lifetime teacher. I learned many things from her. I am really grateful for that.

I am thankful to my sister Sayali Vanjare for her out of the box thinking. Most of the time I was like “are ha Bhai aisa bhi ho sakta hai :)“. Thanks for all your support.

And Special Thanks to Sayali for this mesmerizing book cover and wonderful customized chapter designs.

I am so thankful to Shashank Tawte & Satish for Website designing

I am so thankful to each and every family member. Thank you universe for loving, supportive, understanding family.

I am so thankful to my "Nali aatya" who is my childhood 2nd mother. She loves me and always takes care of me.

Universe

I am so thankful to the universe for all guidance, support, love, encouragement, acknowledgment.

I am so thankful to my Guru Anjana Reetoriya, her teachings changed my life in a positive direction.

I am so thankful to Ajay sharma:

For the very first time I came to know about the law of attraction.

I am so thankful to Dr Joe Despenza and Abraham Hicks, for all your teachings.

I am so thankful to all my YouTube & Instagram family because they all are happily doing the things given in videos.

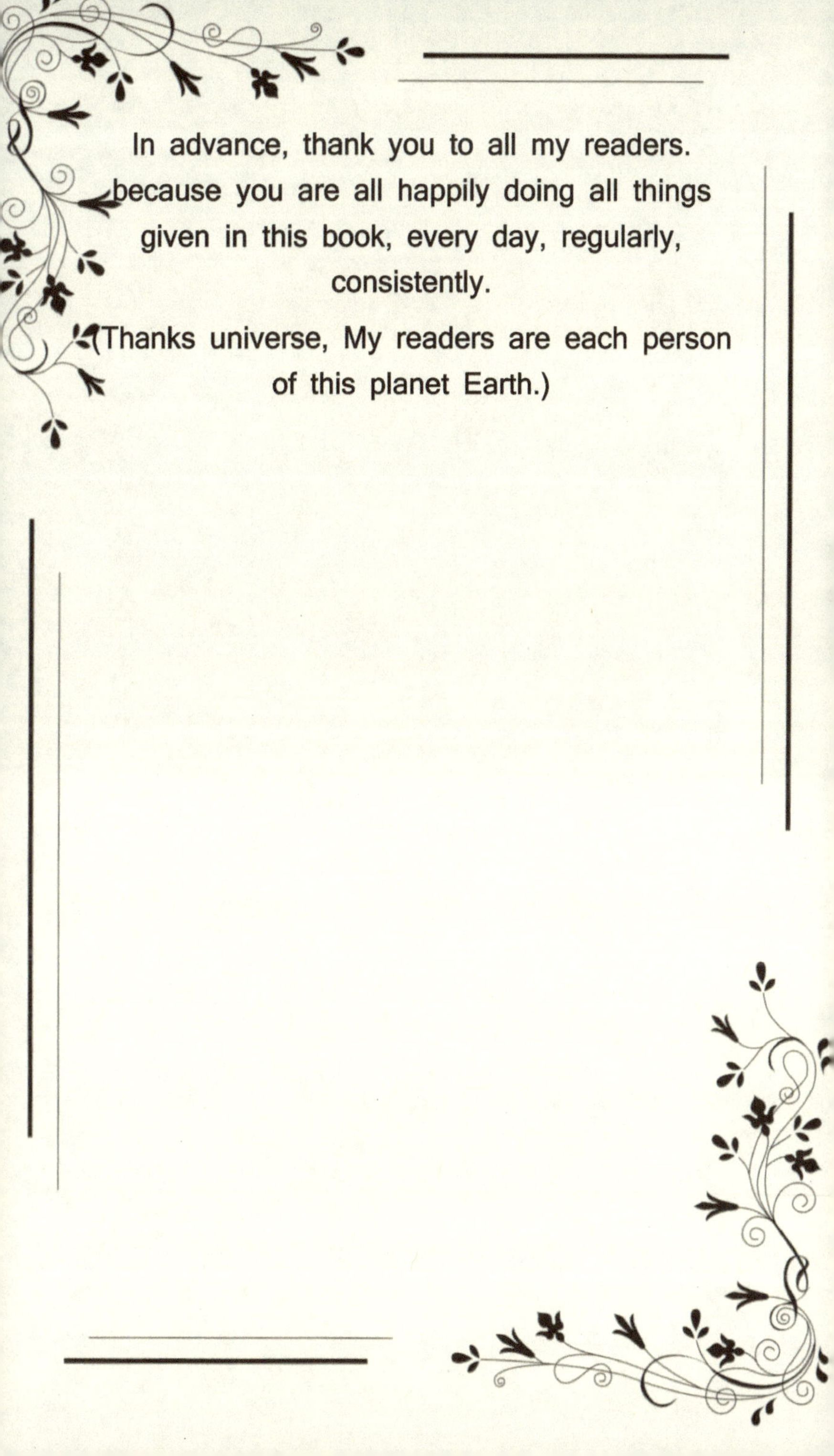

In advance, thank you to all my readers. because you are all happily doing all things given in this book, every day, regularly, consistently.

(Thanks universe, My readers are each person of this planet Earth.)

प्रस्तावना

हे पुस्तक म्हणजे आठवणीचा खजाना आहे. त्याच्यासोबतच संस्कारांचा भंडार, अनुभवाची खाण आहे. जो प्रत्येक आई-बाबा आणि शिक्षकांना उपयोगी पडेल.

यातूनच तुम्ही तुमच्या मुलांचं मानसिक स्वास्थ्य जपाल. त्यासाठीच ही आठवणींची शिदोरी तुमच्या समोर सादर करत आहे.

आताची लहान मुलं म्हणजे आपल भविष्य. जर लहान मुलं मानसिक दृष्ट्या सक्षम असतील, तर सगळेच गणित सोपं होईल. तर त्यांचं मानसिक स्वास्थ्य कसे जपाल? त्यांच्यावर सहजरीत्या, युक्तीने संस्कार कसे कराल? याचे धडे तुम्हाला या पुस्तकात मिळणार आहेत. तुम्ही हे पुस्तक वाचून, आजच्या धावपळीच्या जीवनामध्ये, आपल्या मुलांच मानसिक स्वास्थ, अगदी सहजरीत्या, सांभाळू शकणार.

त्यासोबतच अनेक नैतिकतेच्या गोष्टी तुम्ही स्वतः शिकाल आणि तुम्ही तुमच्या मुलांनाही शिकवाल.

आई-बाबांनी आपल्या मुलांवर कसे सोप्या पद्धतीने संस्कार केले पाहिजे.आपल्या मुलांना कसं सांभाळायला पाहिजे. तसं पाहायला गेलं तर, आई-बाबा आणि मुलं यांच्यामध्ये एका पिढीचं अंतर असतं, विचारांचा अंतर असतं, टेक्नॉलॉजीचे अंतर असतं, विज्ञानाचा अंतर असतं. हे अंतर सहजरीत्या कसं कमी करता येईल? हे आपण या पुस्तकात शिकणार आहोत.

आणि ही सगळी अंतर पार पाडून आजच्या धावपळीच्या जीवनात प्रत्येक आई-बाबांनी आपल्या मुलांसोबत अजून एक सुंदर असं नातं निर्माण करायला हव. ते कोणतं नातं? ते आपण या पुस्तकात बघणार आहोत.

हे अजून एक नातं निर्माण केल्यावर तुमच्या नात्याची दोर अजूनच घट्ट होईल.

याचे जिवंत उदाहरण म्हणजे हे पुस्तक.

माझ्या बाबांनी खूप युनिक पद्धतीने आम्हाला संस्कार दिले आहे. आम्हाला घडवल आहे. हा एक अनुभव आहे. हे कोणतही पुस्तकी ज्ञान नाही आहे. त्यामुळे प्रत्येक आई-बाबांनी हे पुस्तक वाचून नात्याची प्रेमळ अशी दोर अजून घट्ट केली पाहिजे.

१. ही युक्ती वापरली, तर तुमच्या मुलांना तुमच्या संस्कृतीची आणि व्यायामाची गोडी आपोआपच लागेल

या चित्रात आपण पाहू शकतो की, बालपणी केलेल्या योग्य संस्कारांमुळे मुलांचे यशस्वी भवितव्य पाहायला मिळते.

या चित्रात आपण पाहू शकतो की, बालपणी केलेल्या अयोग्य संस्कारांमुळे मानसिक आजारास बळी पडतात.

“प्रथम तुला वंदितो...”

“घनश्याम सुंदरा श्रीधरा अरुणोदय झाला”

सकाळी जेव्हा जाग यायची. तेव्हा कानावर ही भूपाळी गीत पडायची. जेव्हा डोळे उघडायचे.तेव्हा आई-बाबा दोघंही योगा करताना दिसायचे.

आई बाबांना जशी आमची हालचाल जाणवली, जसं कळलं आम्ही उठलोय, तसं बाबा मला आणि माझ्या बहिणीला,

“चल पाच मिनिटं प्राणायाम कर. बघ कस फ्रेश वाटतं ते.”

दिवसाची सुरुवात ....आमचा आणि बाबांचा पहिला संवाद, हा प्राणायामाच्या विषयावरून व्हायचा.

कधी कधी बाबांच बघून प्राणायाम करायचोही. लहान होतो, मग आई-बाबांचं सगळं कॉपी करायचो. आई बाबा जसं करतात तसं करायचं.

जरास मोठ झाल्यावर कधी कधी नाही करायचो.

तेव्हा लहान होतो, त्यामुळे तेव्हा प्राणायाम आणि योगाच एवढं काही महत्त्व कळायचं नाही.

बाबा खूप मागे लागल्यावर कधीतरी करायचो. पण नियमितपणे नाही व्हायचं.

आता मात्र आम्ही प्रत्येक दिवशी सकाळी दररोज न चुकता प्राणायाम करतो. एकदा प्राणायाम केल की दिवस अगदी एनर्जेटिक जातो. त्यामागे विज्ञान आहे, सगळं काही आहे. मी मात्र बाबांची आठवण म्हणून दिवसातून एकदा सकाळी प्राणायाम करते.

तेव्हा नियमितपणे नाही केलं. पण आता नियमितपणे केलं, तर असं वाटतं की बाबा खुश होत असेल आणि नक्कीच शारीरिक मानसिक फायदे तर आहेतच.

so the moral of the story is.. our each day's morning activity includes 'Pranayama'..

|| तात्पर्य:||

१) बरेच आई-बाबा आपल्या मुलांना संस्कृतीच्या बाबतीत शंख फोडताना दिसतात की, आजकालच्या मुलांना आपली संस्कृती माहीतच नाही.तुम्ही त्यांना संस्कृती दाखवाल तर त्यांना दिसेल ना.इथे माझ्या बाबांनी आम्ही सकाळी उठल्यावर दररोज भूपाळी गीते लावलीत. त्यामुळे ती आमच्या कानावर पडायची. त्यामुळे ती गीत आम्ही दररोज ऐकायचो. त्यामुळे ते आम्हाला माहित होतं. अशा गोष्टी तुम्ही देखील करू शकता.

तुमच्या मुलांच्या कानावर पडतील, असं आपल्या संस्कृती संबंधित काहीतरी ते उठायच्या आधी लावा किंवा त्यांच्यासमोर टीव्हीवर लावा जेणेकरून आपल्या संस्कृती बद्दल काही गोष्टी त्यांना कळाव्यात. त्यांना माहिती असावी. त्यांना खूप इंटरेस्टिंग वाटेल असं गोष्टीच्या रूपात त्यांना सांगत जा.

२) आताच्या आई-बाबांचा एकच म्हणणं असतं की, मुलं फोनवर असतात. तो फोन बाजूला ठेव. एवढा एकच विषय घेऊन त्यांच्या मागे लागतात. पण फोन बाजूला ठेवून काय केलं पाहिजे? ते सांगतच नाही.

फोन हातात धरण्याऐवजी कोणती गोष्ट केली पाहिजे? ती गोष्ट आधी स्वतः त्यांच्यासमोर केली, तर मुलं आई-बाबांचे कॉपी करतात.

तर माझे आई बाबा दररोज योगा करायचे. दररोज सकाळी नियमितपणे आमच्या घरात योगाचं वातावरण होतं. प्राणायाम दोघेही आई-बाबा नियमितपणे करायचे. त्या दोघांचं बघून काही दिवस का होईना, आम्ही त्यांचं कॉपी करून ते प्राणायाम केलं आणि आता देखील नियमितपणे करतो आहे.

तुम्हाला मुलांना हे करू नका हे बोलण्याऐवजी, काय केलं पाहिजे ते तुम्ही स्वतः करायला लागा. मुलं तुमचं कॉपी नक्कीच करतील.

३) आता तुमच्याकडे वेळ नसेल. पाच मिनिटं प्राणायाम तुम्ही तर करू शकतात. मुलं उठायच्या आधी आपल्या संस्कृती संबंधित किंवा जे काही संस्कार तुम्हाला करायचे, त्या रिलेटेड तुम्ही गाणी किंवा टीव्हीवर लावू शकतात. त्यासाठी तुम्ही तुमच्या टेक्नॉलॉजीचा वापर करू शकतात.

४) वैज्ञानिक दृष्टिकोनातून पाहिले तर,प्राणायाम हे केव्हाही शारीरिक आणि मानसिक स्वास्थ्यासाठी उत्तम. आमच्या बाबांनी तर दिवसाची सुरुवातच या संस्काराने केली होती. कारण त्यांना माहिती होतं. आपल्या मुलांच्या शेवटच्या श्वासापर्यंत आई-बाबा सोबत नसतात. तर मुलांचे शरीर आणि मन सोबत असतं.ते शरीर आणि मन उत्तम साधण्याचा पाया म्हणजे “प्राणायाम”. हा पाया भक्कम करण्याचा त्यांनी प्रयत्न केला होता.

२. मुलांचा अभ्यास घेताना प्रत्येक आई बाबांना ही गोष्ट माहीत असलीच पाहिजे

या चित्रात आपण पाहू शकतो की, बालपणी केलेल्या योग्य संस्कारांमुळे मुलांचे यशस्वी भवितव्य पाहायला मिळते.

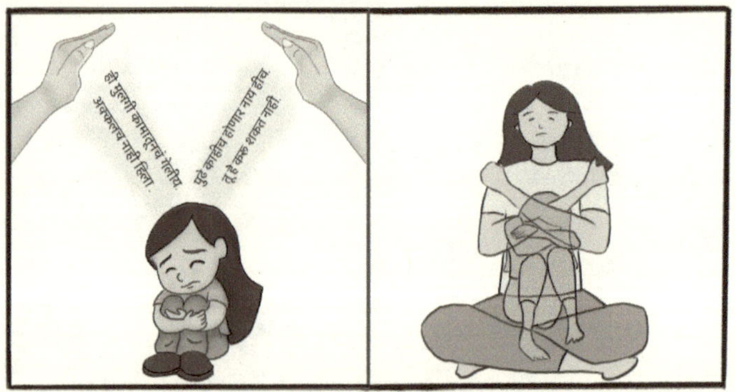

या चित्रात आपण पाहू शकतो की, बालपणी केलेल्या अयोग्य संस्कारांमुळे मानसिक आजारास बळी पडतात.

माझ्या बाबांचं ठाम असं मत होतं, "मुलांवर अभ्यासाचं प्रेशर देऊ नका." त्यांनी आमच्यावरही कधी अभ्यासाचं प्रेशर दिलं नाही. आई तरी बोलायची, "अभ्यास कर, मार्क अजून चांगले मिळायला हवे." पण बाबा ते पण नाही बोलायचे. आई काय प्रेशर नाही द्यायची. फक्त अभ्यास करा असं बोलायची.

शाळेत असताना मला आठवतं की, कधी आम्हाला बाबांनी कसलच अभ्यासाचं प्रेशर असं दिलं नाही.

ज्या अर्थी ते बोलायचे की, "मुलांवर प्रेशर देऊ नका", म्हणजे त्यांना मुलांच्या मानसिकतेचे गणित तेव्हाच कळलं होतं.

पण जर आमची शिकायची तयारी असेल, तर ते शिकवायचे देखील. मला आठवतं मी चौथीला असताना स्कॉलरशिप परीक्षेमध्ये भाग घेतला होता, तेव्हा ते स्वतःहून मला वेगवेगळ्या प्रकारे गणित, बुद्धिमत्ता खूप युनिक पद्धतीने शिकवायचे.

बाबाची मला शिकवण्याची पद्धत पण वेगळीच होती. गणित बुद्धिमत्तेचे वेगवेगळे कठीण उदाहरणं खूप सोप्या पद्धतीने समजावून सांगायचे.

जिथे गरज असेल, तिथे कडकपणे समजवून पण सांगायचे.

असं नव्हतं की फक्त लाडावून ठेवलं होतं.

||**तात्पर्य**:||

१) आताचे आई वडील मुलांच्या खूप मागे लागतात, अभ्यास कर, वेगवेगळ्या प्रकारचे क्लासेसला घालतात, वेगवेगळ्या प्रकारच्या बोर्ड्सला घालतात. हे सर्व करा. पण हे सर्व करताना मुलांच्या मनाचा, त्यांची मानसिकता नक्की लक्षात घ्या.

बाल मनावर किती मोठा ताण येत असेल. शाळा, शाळेचा क्लास, इतर कलेचे क्लास.

("आजच युग, हे स्पर्धेचे युग आहे, स्पर्धेचे युग, असा स्पर्धेचा युगाचा भ्रम आई-बाबांना कायम असतो)

स्पर्धेच्या युगाचा नारा जपताना "आई-बाबा मुलांना भरमसाठ क्लासला घालतात. स्पर्धेचा नारा एवढा जपतात की, ते आपल्या मुलांना झेपते आहे की नाही, हे बघण्याचा विचार देखील त्यांच्या मनात येत नाही.

हे एवढं सर्व करताना, आपल्या मुलाची निरागसता तर चिरडून जात नाही आहे ना?? हा प्रश्न स्वतःला विचारून बघा.

लहान मुलांची निरागसता या ओझ्याने दबून तर नाही जात आहे ना? याची काळजी घ्या आणि या ओझ्याने दबून त्यांचे मानसिक आणि भावनिक अवस्था वेळोवेळी नक्की पडताळून बघत पाहत जा.

प्रत्येक मुलगा किंवा मुलगी त्याचे अभ्यास करण्याची कुवत ही वेगवेगळी असते.

तुम्ही कसं बोलू शकता की, एखादा मुलगा अभ्यासामध्ये कमकुवत आहे. तोच मुलगा तुम्हाला क्रिकेट बद्दल सगळी माहिती देतो. कोणत्या मॅच मध्ये कोणी किती रन्स बनवले. कोण किती बॉल्स मध्ये आऊट झाला, ही जर माहिती तो लक्षात ठेवू शकतो. त्याला तुम्ही कसं कमकुवत बोलू शकता. त्याला अभ्यासाची गोडी कशी लावता येईल ते बघा ना.

त्याला समजून घेण्याचा प्रयत्न करा.

जेव्हा चौथीचा बुद्धिमत्तेचा गणित मला थोडेसे कठीण वाटत होतं. तेव्हा माझ्या बाबांनी मला वेगळ्या प्रकारे समजवून दाखवलं. तेव्हा ते मला सोप्पं गेलं.

जेव्हा मला नव्हतं समजत. तेव्हा माझे बाबा मला ओरडले नाही. तर ते माझे मित्र झाले आणि ते मित्र होऊन अगदी सोप्या पद्धतीने गणित समजावून माझी गणिताशी देखील मैत्री करून दिली.

तसं काहीतरी करा. त्याच्या कलेने वेगळ्या पद्धतीने त्याला समजावून सांगा.

२) मुलांना एखादा विषय अवघड जात असेल. तर त्याच्या कलेने घ्या आणि युक्तीने वेगळ्या पद्धतीने समजावून सांगा. जस माझ्या बाबांनी केलं. अगदी तसंच. खूप सोप्या पद्धतीने वेगळ्या पद्धतीने मला न कळणारे गणित सोप्या पद्धतीने समजावून सांगितलं आणि स्कॉलरशिपच्या कठीण विषयाशी माझी मैत्री करून दिली.

इथे तुम्ही तुमच्या मुलांची मानसिकता जपत आहात. कारण एखादा विषय त्यांना आधीच अवघड वाटत असतो. त्यात त्यांना टेन्शन असतं की, कमी मार्क मिळाल्यावर आई-वडील आणि टीचर ओरडतील आणि मारतील त्याच एक वेगळं दडपण असतं. अवघड वाटत असल्यामुळे त्याला त्या विषयाचा अभ्यास करू वाटत नाही. कारण आधीच समजत नसतं.

अशा वेळेला तुम्ही देखील त्याला ओरडलात, तर त्याचा दडपण अजून वाढेल. त्याची मानसिकता समजून घ्या. त्याला प्रत्येक सिच्युएशन मध्ये मानसिकरित्या आणि भावनिक रित्या सपोर्ट करा.

३. हे शब्द वापराल तर तुमच्या मुलांचं भविष्य नक्कीच उजळेल

या चित्रात आपण पाहू शकतो की, बालपणी केलेल्या योग्य संस्कारांमुळे मुलांचे यशस्वी भवितव्य पाहायला मिळते.

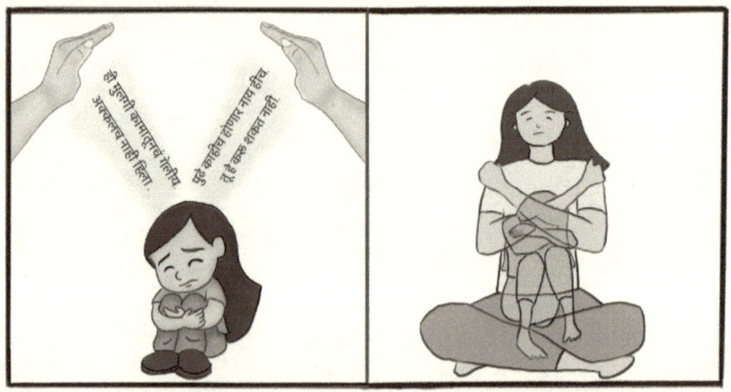

या चित्रात आपण पाहू शकतो की, बालपणी केलेल्या अयोग्य संस्कारांमुळे मानसिक आजारास बळी पडतात.

अक्कल बडी की भैस

- घरात काही गोष्टी डोकं लावून युक्तीने केली की, बाबा नेहमी बोलायचा की, "अक्कल बडी की भैस"

हे वाक्य नेहमी ठरलेलच असायचं.बऱ्याचदा तो घरातल्या काही गोष्टी डोकं लावून युक्तीने करायचा.

हा smartness, ही हुशारी त्याच्याकडून घेण्यासारखी होती.

|| तात्पर्य:||

इथे गोष्टी हुशारीने (स्मार्टपणे) करून आपण एकच गोष्ट कमी वेळात करू शकतो. त्यामुळे आपण आपली ऊर्जा आणि वेळ दोन्हीही वाचवतो. या एका वाक्यावरून अनेक

असे प्रसंग डोळ्यासमोर जातात. ज्यात बाबांनी हुशारीने एकच गोष्ट युक्तीने केली आणि ती सहज झाली. या प्रसंगाबाबतचे अनुभवाची शिदोरी शक्तीपेक्षा युक्तीने परिस्थिती हाताळण्याच सांगते. हे मी कायम लक्षात ठेवीन.

 # इतिहास हा पाठ नाही करायचा,

इतिहास हा घडवायचा असतो:

मला शाळेत असताना "इतिहास" हा विषय आवडायचा. त्यातल्या गोष्टी आवडायच्या. शिवाजी महाराजांचा इतिहास, मोहेंजोदडोचे कौतुक वाटायचं. कसं होत ना मोहेंजोदडच्या वेळी सर्व.

मला तसे इतिहासाचे शिक्षक पण चांगले भेटले होते. जे इतिहासाच्या धड्यासोबतच त्या धड्याच्या आधी काय घडलं आणि नंतर काय घडलं तो इतिहास देखील सांगायचे. त्यामुळे इतिहासाबद्दल जास्त खोलवर माहिती मिळाली होती आणि गोष्टी ऐकायला मला आवडायचे. त्यामुळे इतिहास हा विषय जास्तच आवडू लागला.

मग तेव्हा मला बाबा नेहमी म्हणायचे,

"इतिहास हा पाठ करायचा नसतो.

तर इतिहास हा घडवायचा असतो."

तिथे त्याचा फोकस इतिहास वाचू नको. असा नव्हता. तू असं काहीतरी योग्य कर आणि इतिहास घडव. हे त्यामागचा तात्पर्य होतं.

मी लहानपणी बऱ्याचदा हे वाक्य बाबाच्या तोंडून ऐकले . तेव्हा लहान होती. तेव्हा एवढं काही कळत नव्हतं. आता मात्र त्या वाक्याचा अर्थ लागतो.

|| तात्पर्य:||

ही अशी काही वाक्य तुम्ही तुमच्या मुलां समोर बोलू शकता.

इथे बाबांनी मोठ्या स्वप्नांची बिज मनात रोवली होती. इतिहास कोण घडवतं? जो काही आऊट ऑफ द बॉक्स गोष्टी करतो, युनिक योग्य गोष्टी करतो.

त्यासाठी मोठी स्वप्न नक्कीच बघावी लागतात. त्यासाठी वेगळी विचारसरणी, आत्मविश्वासाचे धडे, स्वतःचे दुर्गुण ओळखून त्याच्यावर काम करून, स्वतःची कौशल्य (टॅलेंट स्किल), unique गुण ओळखून त्याच्यावर काम करणं, हे सर्व या एका वाक्यातून आलेच.

जेव्हा जेव्हा इतिहासाचा विषय माझ्यासमोर असायचा, तेव्हा तेव्हा हे वाक्य बाबा नेहमी बोलायचे. मी खूप लहान होते तरी देखील ते वाक्य मला आठवतं.

इथे या मागचं विज्ञान म्हणजे पुनरावृत्तीचा सिद्धांत आणि सतत माझ्यासमोर हे वाक्य बोलल्यामुळे माझ्या अवचेतन मनात म्हणजेच सबकॉन्शिअस माइंड मध्ये हे वाक्य गेले.

पुनरावृत्तीचा सिद्धांत म्हणजे एकच वाक्य किंवा एखादी घटना सतत आठवणे सतत बोलणे. मग ते सकारात्मक

असो वा नकारात्मक असो. सतत बोलल्यामुळे ते मनात खोलवर जाते, लक्षात राहते.

माझ्या बाबांनी तर चांगली सकारात्मक वाक्य आमच्यासमोर बोललेत. तुम्ही कोणती वाक्य तुमच्या मुलांसमोर बोलतात? हे मात्र लक्षात घ्या. सकारात्मक बोलतात की नकारात्मक बोलतात? सतत त्याला वाईट बोलतात की, "हा दगडच आहे तुझं काहीच होणार नाही. "असे वाक्य जर बोलत असेल तर नक्की बोलणं टाळा. का अशा वाक्यांमुळे तुम्ही त्यांचा आत्मविश्वास घालवत आहात. त्यांचं मनोबल दुर्बळ करत आहात. शब्दांमध्ये काय सामर्थ्य असते, हे माझ्या "प्रारंभ" या पुस्तकात तुम्ही बघू शकता.

 # Common people never do uncommon things,

Winners always do unique things.

"सामान्य माणस नेहमी सामान्य गोष्टीच करतात. Winners म्हणजे जे जिंकतात, ते काही वेगळ्या unique गोष्टी करतात 'आऊट ऑफ द बॉक्स' गोष्टी करतात."

मला आठवतं माझ्या लहानपणी, मी शाळेत असताना बाबा हेही वाक्य बोलायचे.

तेव्हा काही कळायचं नाही काय बोलतात, का बोलतात. आत्ता सर्व वाक्यांचा अर्थ लागतोय.

म्हणजे इनडायरेक्टली त्यांनी आम्हाला सामान्य माणसासारखं सामान्य न राहता, स्वतःचे स्किल्स वापरून आऊट ऑफ द बॉक्स गोष्टी करण्याच्या दिशेला जायला सांगितलं आहे.

म्हणजे लहानपणी किती वेगवेगळी वाक्य सतत आमच्यासमोर बोलून त्यांनी आपल्या स्वप्नांच्या दिशेने जाण्याचा मार्ग दाखवला होता.

||तात्पर्य:||

याला म्हणतात खरे संस्कार. आताच्या काळात काही आई-बाबा मी पाहिले आहेत. जे त्यांच्या धावपळीच्या जीवनात एवढे व्यस्त आहेत की, संस्कार करणं तर दूरच..पण सुरुवातीला मुलं रडतायेत. म्हणून त्यांच्या हातात फोन देतात आणि मग नंतर सवय लागली की, मुलं फोनच सोडत नाही म्हणून रडत बसतात.

मूल अशी का वागतात म्हणून त्यांना ओरडण त्यावरचा उपाय नाही आहे.

आपल्या मुलांवर संस्कार करायला लागतात ही गोष्ट त्यांच्या गावातही नसते. फक्त मूल जन्माला घालतात आणि विषय संपवतात.

ही खूप मोठी जबाबदारी आहे.तुम्हाला दररोज तुमचा काही वेळ त्यांच्यावर संस्कार करण्यात घालवायलाच हवा.

त्यांच्या मानसिकतेचा, त्यांच्या भावनिकतेचा तुम्हाला काळजी घ्यायलाच हवी.

माझ्या बाबांनी अशी वाक्य वापरून पुढे आमच्या आत्मविश्वासांचा पाया घातलाच. पण मोठ्या स्वप्नांची बीज देखील रोवली. पण त्यासोबतच इतिहास घडवणं आणि आऊट ऑफ द बॉक्स गोष्टी करणं ह्या देखील संस्कारांची इमारत त्यांनी बांधली होती.

जरी त्यावेळी या गोष्टीचा अर्थ नाही कळला.पण त्याची बीज रोवली होती. त्यावेळी त्या क्षणी जरी आत्मविश्वास नाही डेव्हलप झाला. तरी आता तो आत्मविश्वास निर्माण झाला आहे.

 # "जिथे प्रॉब्लेम जन्म घेतो.तेव्हा त्याचे सोल्युशनही जन्म घेतातच. असा कोणता प्रॉब्लेम आहे जो सॉल्व होऊ शकत नाही."

(बाबांच रिटायरमेंट स्पीच मधील हे वाक्य)

हे त्यांच्या रिटायरमेंटच्या स्पीच मधल वाक्य होतं. या वाक्यामुळे कोणत्याही परिस्थितीमध्ये हताश न होता त्याचा उपाय हा नक्कीच असेल. हा ठाम विश्वास इथे व्यक्त केला आहे.

त्यामुळे कोणत्याही परिस्थितीत असलं तरी हे वाक्य आत्मविश्वासाने उठून उभं राहायला मदत करत.

हे एक वाक्य आहे. जे प्रत्येक परिस्थितीला सामोरे जायला ढाल बनून असं सांगत जस बाबा बोलतात, “तू लढ ग बिंनधास्त, मी आहे तुझ्या पाठीशी.”

तु झाशीची राणी आहेस

जेव्हा मी डाऊन फील करायचे. जेव्हा असं व्हायचं की, समोर मार्गच दिसायचा नाही, की आता पुढे काय करायचं. अशा वेळेला बाबा मला नेहमी बोलायचे, “ तु झाशीची राणी आहेस. असं करून कसं चालेल.”

जेव्हा बाबा मला झाशीची राणी बोलायचे. तेव्हा अंगात एक वेगळंच बळ यायचं. खरंच राणी असल्याचा फील यायचा. भारी वाटायचं. क्षणात या एका वाक्याने अंगातला नकारात्मक शीन निघून जायचं.

मग नव्याने जेव्हा त्या परिस्थितीला बघायचे. तेव्हा काही ना काही मार्ग दिसायला लागायचे.

ती परिस्थिती लढायला एक वेगळंच बळ यायचं.

|| धड्याचा सारांश ||

बाबा अशी काही वाक्य अनेक वेळा बोलून गेले. जी वाक्य आम्हाला आता अनेक परिस्थिती लढायला एक बळ देतात. ही वाक्य एवढी शक्तिशाली आहेत. त्याचे शब्द इतके पॉवरफुल आहेत.

शब्दांमध्ये किती ताकद असते. त्या मागचा विज्ञान मी मागच्या पुस्तकात " प्रारंभ" मध्ये सांगितले आहेच.

पण कित्येक आई बाबा मी बघते. मुलांना खूप वाईट बोलत असतात. आई बाबांचे शब्द हे मुलांना लगेच लागू पडतात. लगेच खरे होतात. आई-बाबांच मुलांशी रक्ताचं नातं असतं. त्यामुळे त्यांचे शब्द मुलांसाठी अमृता सारखे काम करतात. पण तुमचे शब्द अमृत आहेत की विष आहेत हे तुमचं तुम्ही पडताळून पहा.

"कामातून गेला आहे हा मुलगा. याच मोठा झाल्यावर काही होणार नाही. एक काम करत नाही. नालायक आहे."

तुम्ही आई बाबा आहात. म्हणून तोंड दिल आहे म्हणून गटारासारखा बोलू नका. तुमचे शब्द मुलांना लगेच लागू पडणार आणि ते खरं होणार यामागे शब्दांचा विज्ञान आहे.

आता तुम्हीच पडताळून बघा तुम्ही तुमच्या मुलांना काय बोलतात ते. जर काही नकारात्मक शब्द बोलत असाल. इथे आई-बाबा मुलांना नालायक बोलतात आणि पुढे जाऊन काही करणार नाही म्हणतात. मग तसंच घडतं. कारण शब्दा मागे तेवढी ताकद असते. विज्ञानाने देखील ते सिद्ध केले आहे. त्यात आई-बाबा हे आपल्या मुलांबाबत सतत असे वाईट बोलतात.

क. त्यामुळे पुनरावृत्तीचा सिद्धांत इथे लागू पडतो.

ख. या सिद्धांतामुळे सतत बोलल्यामुळे ते मुलांच्या डोक्यात म्हणजे अवचेतन मनामध्ये पक्क बसतं आणि तसं घडतं.

ग. प्रारंभ पुस्तकात तुम्ही वाचलंच असेल. मेंदू हे प्रत्येक घटनेच कपाट असतं. प्रत्येक घटना ही भावने सकट साठवून ठेवतं.

असं तीन गोष्टींच विज्ञान एकत्रितपणे इथे काम करत.

त्यामुळे असे शब्द वापरा, जसे माझ्या बाबांनी वापरले. जे कोणत्याही परिस्थितीत तुमच्या मुलांना मदत करतील. त्यांच्यामध्ये मोठ्या स्वप्नांचे बीज रोवली जातील आणि त्यांच्यामध्ये आत्मविश्वासाचा पाया रोवला जाईल आणि तुमची मुलं त्यांच्या स्वप्नांची इमारत बांधायला सक्षम होतील.

४. मुलांच्या करियर बाबत ही गोष्ट नक्की करा

या चित्रात आपण पाहू शकतो की, बालपणी केलेल्या योग्य संस्कारांमुळे मुलांचे यशस्वी भवितव्य पाहायला मिळते.

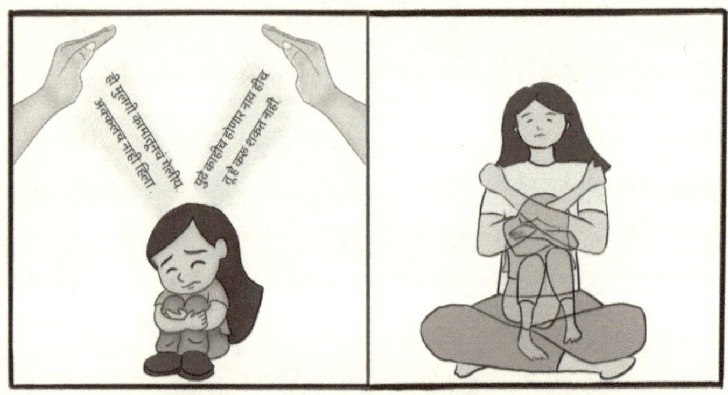

या चित्रात आपण पाहू शकतो की, बालपणी केलेल्या अयोग्य संस्कारांमुळे मानसिक आजारास बळी पडतात.

भाग १:
करिअर सिलेक्शन

माझ्या बाबांनी कधीच त्यांच्या स्वप्नांची ओझ आमच्यावर ठेवलं नव्हतं. म्हणजे कधी कधी असत ना,आई-बाबांना त्यांच्या तरुणपणी समजा कुठल्या कलेची आवड असेल आणि जर त्यांना ती कला शिकायला नाही मिळाली, तर ते त्यांच्या मुलांच्या मागे लागतात. तुम्ही ही कला शिका. जरी मुलांना त्या कलेमध्ये इंटरेस्ट नसला.तरी पण त्यांच्या मागे लागतात.

उदाहरणार्थ: समजा, काही आई-बाबांना त्यांच्या तरुणपणात कॉलेजमध्ये असताना इंजीनियरिंग मध्ये ऍडमिशन घ्यायचं होतं. पण परिस्थितीमुळे घेता आलं नाही. मग त्यांचं ते

अधुरं राहिलेलं स्वप्न त्यांच्या मुलांकडून पूर्ण करून घ्यायच ठरवतात आणि मग त्यांच्या मुलांच्या मागे लागतात की, तुम्ही इंजिनिअरिंग करा. जरी मुलांना इंटरेस्ट नसला तरी.

असं काही आमच्या बाबतीत नाही घडलं.

कॉलेजमध्ये ऍडमिशन घेताना देखील आई-बाबांचं म्हणणं होतं, "तुला जिथे हवंय तुला जिथे वाटतय तिथे ऍडमिशन घे."

इथे कॉलेजमध्ये कुठे ऍडमिशन घ्यायचं,

याचा कुठचाही प्रकारचा दबाव माझ्या बाबांनी माझ्यावर दिला नाही.

||**तात्पर्य**:||

१) तुम्ही तुमच्या नकळतपणे तुमच्या स्वप्नांचे ओझे तुमच्या मुलांच्या खांद्यावर तर देत नाही आहात ना.हे नक्की तपासून बघा. माझ्या बाबांनी त्यांच्या कोणत्याही स्वप्नांच ओझ आमच्यावर दिलं नाही. तुम्ही तुमच्या नकळत असं काही करत नाही आहात ना, ते नक्की तपासून पहा.

२) कॉलेजमध्ये कुठे ऍडमिशन घ्यायचं. यासाठी माझा "नऊ ते पाच जॉब" हे पुस्तक नक्की वाचा. त्यात मी खूप सोप्या पद्धतीने करिअर बाबत समजावून सांगितल आहे.

पण आता मुलांना कॉलेजमध्ये ऍडमिशन घेताना त्यांचे आई-वडीलच खूप जास्त प्यानिक होताना दिसतात, तनावात दिसतात.

पण आई-बाबा म्हणून काही प्रश्न तुम्ही स्वतःला नक्की विचारा.

तुम्ही तुमच्या मुलाला त्याला हवं ते करिअर निवडायला सपोर्ट करत आहात का? का त्याने काही वेगळं करिअर सिलेक्ट केलं की तुम्ही त्याला अडथळा बनत आहात? ?

करियर ही मुलांच्या आयुष्यातला मोठा टप्पा असतो. काही मुलांना लहानपणापासूनच माहीत असतं काय करावं. काही मुलांना नसतं माहित. मग तुमचा मुलगा कोणत्या कॅटेगरीत येतो आणि तुम्ही त्याला सपोर्ट करता की नाही?

याचा तुमच्या मुलाच्या मानसिकतेशी खूप मोठा संबंध आहे. मुलांच्या या महत्त्वाच्या टप्प्यावर त्यांच्यासोबत ठामपणे उभे रहा.

३) काही मुलांनी जर आऊट ऑफ द बॉक्स जाऊन वेगळं करिअर निवडल, तर त्यांचे आई-बाबा त्यांना सपोर्ट करत नाहीत. अशा बर्याच घटना घडतात की, आई बाबा जबरदस्तीने त्यांना कोणत्यातरी वेगळ्याच फिल्डमध्ये जायला भाग पाडतात.

जबरदस्तीचे रामरामाचा त्यांच्या मानसिकतेवर खूप मोठा परिणाम होतो. आणि तुमची मुले ही तणावाच्या दिशेला जाऊ शकतो.

त्यामुळे त्यांचा मार्ग हा त्यांनाच निवडू द्या.

अजून खोलात करिअर संबंधी माहितीसाठी माझं पुढचं पुस्तक "नऊ ते पाच जॉब" हे नक्की वाचा.

४) काही आई बाबा मुलांच्या करिअर सिलेक्शन च्या वेळेला खूप मोठ्या चुका करतात. अजून खोलात माहितीसाठी माझं पुढचं पुस्तक "नऊ ते पाच जॉब" हे नक्की वाचा. त्या चुका नक्की करण टाळा.

PS: सांगायचा मुद्दा हा मुलांच्या करिअर बाबत: मुलांना त्यांचं करिअर त्यांना निवडायचं स्वातंत्र्य द्या.

भाग २:

टॅलेंटला सपोर्ट

कॉलेज नंतर देखील मी ढोल ताशा पथक पथक जॉईन केला होता. ते जॉईन करताना देखील माझ्या आई बाबांनी मला कधी अडवणूक नाही केली.

|| तात्पर्य:||

१) काही मुलांना आऊट ऑफ द बॉक्स असे वेगळे योग्य असे छंद असतात, जसे की एक्टिंग सिंगिंग डान्सिंग.

पण काही आई बाबा त्यांच्या छंदाला (talent ला) सपोर्ट करत नाही, महत्त्व देत नाहीत. काही आई बाबा मी इथे पाहिलेत की सकाळी चार किंवा पाच वाजता मुलांचे त्यांच्या छंदा बाबतीत उदाहरणार्थ फुटबॉल क्लासेस असले, तर इतक्या पहाटे क्लास असल्यामुळे त्यांच्या आई-बाबांना उठावे लागेल, म्हणून ते त्यांच्या मुलांचे छंद असलेल्या क्लासला सरळ “जाऊ नको”, असं सांगतात.

असं करून तुम्ही तुमच्या मुलांचं टॅलेंट च्या मध्ये येतात. हे त्यांच्या लक्षातही येत नाही.

त्यांना एकदा समजून घेण्याचा प्रयत्न करा. काय माहित त्यांच्यामध्ये खरच एखाद टॅलेंट असू शकत. पण कदाचित काही आई-बाबा ते टॅलेंट समजून न घेतल्यामुळे त्यांच्यावर मानसिक तणाव येऊ शकतो .

||धड्याचा सारांश||

तुम्ही आई-बाबा आहात म्हणून "मी म्हणेल ती पूर्व दिशा", असं म्हणून तुम्हाला हवं असलेलं करियर तुमच्या मुलांना निवडायला भाग पाडू नका.

कारण शेवटी अभ्यास त्यांना करायचा. असं कोणत्याही प्रकारची जबरदस्ती करिअर निवडण्याबाबत करू नका.

कारण याचा थेट संबंध तुमच्या मुलांच्या भावनेशी आणि पर्यायाने मानसिकतेशी आहे.

जर त्यांना हव असलेल करिअर किंवा त्यांना हव असलेल छंद करू नाही दिल, तर तुम्हाला हवं असलेलं करिअर ते निवडतील ही. पण त्यात त्यांच्या मनाचा तणाव नक्कीच असेल.

५. अशा अद्‌वितीय युक्तीने तुम्ही तुमच्या मुलांच्या मनात सकारात्मक विचारांची बी रोवू शकतात

या चित्रात आपण पाहू शकतो की, बालपणी केलेल्या योग्य संस्कारांमुळे मुलांचे यशस्वी भवितव्य पाहायला मिळते.

या चित्रात आपण पाहू शकतो की, बालपणी केलेल्या अयोग्य संस्कारांमुळे मानसिक आजारास बळी पडतात.

आम्ही सगळे आमच्या घरात हॉलमध्ये बसलेलो असायचो. चहाचे वाफाळते कप घेऊन आई हॉलमध्ये यायची. एक चहाचा कप बाबांना आणि एक आई स्वतःला घ्यायची. माझ आणि माझ्या बहिणीचं चहा घेऊन झालेला असायचा.

मी आणि माझी बहीण सोफ्यावर बसलेलो असायचो. “अहो आज जेवण काय करायचं?“

ह्या एका वाक्यावरून चहा पियेपर्यंत गप्पा रंगलेल्या असायच्या. या गप्पांमध्ये छान फोडणी पडायची. “बाबा, माहित आहे आज काय झालं..“ आणि मग गप्पांना उधाण यायचं.

चहा पिऊन झाल्यानंतर सगळे आपापल्या कामाला. थोड्या वेळाने कानावर शब्द पडायचे. “तूच आहेस तुझ्या जीवनाचा

शिल्पकार... "वामनराव पै यांचे सकारात्मक व्याख्यान कानावर पडायचे.

चहा पिऊन झाल्यानंतर बाबा हळूच येऊन टीव्ही लावायचे. त्यावर "वामनराव पै" यांचे सकारात्मक विचारांचे व्याख्यान लावायचे. हे असं शनिवार-रविवारी घडायचं.

कारण शनिवार रविवारी तेव्हा झी मराठी वरच्या सिरीयल नाही लागायच्या. त्या सिरीयल सोमवार ते शुक्रवार असायच्या.

तेव्हा सकारात्मक विचारांचे इतकं महत्त्व माहिती नव्हतं.

"बाबा, हे काय लावलय आम्हाला नाही ऐकायचं हे" बाबा लगेच बोलायचे की,

"ऐक जरा चार चांगले शब्द कानावर पडू देत."

मग प्रत्येक जण आपापल्या कामात बिझी असायचे आणि बॅकग्राऊंडला वामनराव पै यांचे व्याख्यान टीव्हीवर चालू असायचे.

आमचे काम करता करता नकळत आम्ही हे व्याख्यान ऐकू लागायचो. टीव्ही चालू असायचा. आमची काम चालू होती. कानावर शब्द पडत असायचे. ते ऐकता ऐकता आमची काम करायचो.

मग खूप वेळानंतर: बाबा अचानक टीव्ही बंद करायला यायचे. तेव्हा "थांबा थांबा, ऐकू तर दे ते काय बोलत होते.

काहीतरी गोष्ट सुरू होती. गोष्टीचा शेवट तर ऐकू दे. ती संपणारच होती. तितक्यात तू टीव्ही बंद केला."

|| तात्पर्य:||

आजच्या धावपळीच्या काळात आमच्यामध्ये सकारात्मक विचारांचे बीज रोवायला माझ्या बाबांची ही एक भन्नाट कल्पना होती.

जेव्हा घरात सगळेजण एकत्र असायचे. तेव्हा ते टीव्हीवर सकारात्मक विचारांचे व्याख्यान लावायचे. जेणेकरून चार चांगले शब्द आमच्या कानावर पडतील आणि चांगल्या शब्दांचे संस्कार आमच्या मनावर होतील.

यात वेगळा वेळ देखील खर्च करावा लागला नव्हता. डोकं लावून स्मार्टली हुशारीने संस्कार करण्याचा हा योग्य मार्ग होता.

माझे बाबा कधीच पालकांसारखे रडत बसले नाहीत.

सतत सकारात्मक शब्द कानावर पडत होते आणि त्या व्याख्याना मध्ये काही गोष्टीही होत्या. गोष्टी ऐकायला सर्वांनाच आवडतात. त्यामुळे त्या बहाण्याने का होईना सकारात्मक विचार ऐकण्याची गोडी देखील लागली.

योग्य वेळ, त्यात युक्तीने सकारात्मक विचार ,मुलाच्या मनांमध्ये बिंबवण, यावरून समजले असेलच, माझा बाबा किती हुशार होता.

अशी हुशारी आजकालच्या आई बाबांनी आजच्या फास्ट जीवनात वापरावी. सतत मुलांची तक्रार करण्याऐवजी अशा वेगवेगळ्या युक्त्यांनी आपल्या मुलांवर चांगल्या विचारांचे संस्कार करावे.

त्यामुळे मानसिकरित्या आपण आपल्या मुलांना सक्षम बनवू शकतो. योग्य विचारांचा पाया बांधण्याचा काम इथे होत होतं. त्यामुळेच सकारात्मकतेच्या दिशेने वाटचाल होत होती.

“योग्य विचार” हे सुदृढ मनस्थितीसाठी अत्यंत आवश्यक असतात.

६. यामुळे तुमच्या मुलांचं मन शांत होऊन अभ्यासात लक्ष लागेल

या चित्रात आपण पाहू शकतो की, बालपणी केलेल्या योग्य संस्कारांमुळे मुलांचे यशस्वी भवितव्य पाहायला मिळते.

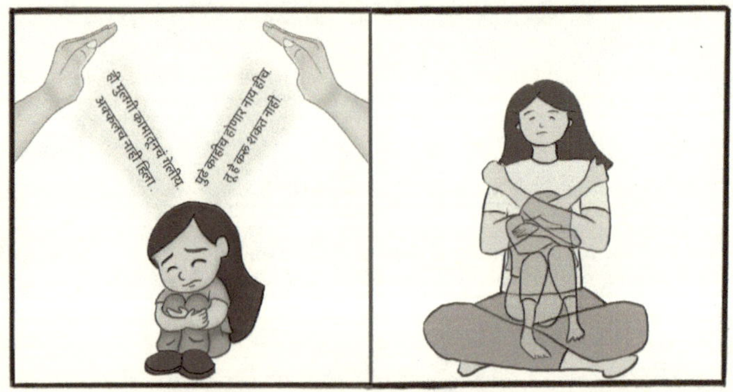

या चित्रात आपण पाहू शकतो की, बालपणी केलेल्या अयोग्य संस्कारांमुळे मानसिक आजारास बळी पडतात.

मी: बाबा, काहीच कळत नाही आहे काय करायचं. कसं या परिस्थितीला सामोरे जायचं.

बाबा: मी तुला एक व्हिडिओ पाठवला आहे तो बघ.

मी: कोणता व्हिडिओ?

बाबा: अगं तू बघ तर, असं सांगून उपयोग नाही. दीर्घ श्वासावर व्हिडिओ आहे. दीर्घ श्वास कसा घ्यायचा. हे त्यांनी व्हिडिओमध्ये सांगितल आहे. ते बघ एकदा.

आजवर तुमच्या आयुष्यात वेगवेगळ्या टप्प्यावर वेगवेगळे प्रसंग उभे राहिले असतील. त्यातील काही प्रसंगांना पुढे काय करावे हे समजत नसेल.

माझ्या आयुष्यात मी जेव्हा अशा कोणत्याही प्रसंगाला सामोरे जायचे,

तेव्हा मी बाबांना फोन करून सांगायचे. तसं तर मी रोजच बोलायची बाबांशी. पण असं काही झालं तर " बाबा पुढे काय करायचं ते कळत नाही आहे. "

तेव्हा कधी कधी बाबांचे सोल्युशन हे आऊट ऑफ द बॉक्स असायचे.

म्हणजे ते सोल्युशन फक्त त्या प्रॉब्लेम पुरतेच मर्यादित नसायचे. तर ते शरीरासाठी, मनासाठी उपयुक्त असे उपाय असायचे.

म्हणजे आताच उदाहरण द्यायचं झालं तर "दीर्घ श्वास". दीर्घ श्वासाचे विज्ञान मी नंतर जाऊन अधिक खोलात बघितले. दीर्घ श्वास घेतला की,

- त्या क्षणी विचारांची संख्या कमी होते.
- त्या क्षणी नकारात्मक विचारांची तीव्रता कमी होते.
- त्यामुळे सोल्युशनचे दरवाजे उघडायला लागतात.

नियमितपणे दीर्घ श्वास घेतला, तर नकारात्मक विचारांची तीव्रता कमी होते. जे आपल्या मानसिक दृष्ट्या अतिशय महत्त्वाचं काम करते.

त्याच्या तीन चार दिवसानंतर परत या विषयावर आमच पुन्हा बोलणं झालं.

बाबा: तू पाहिला का तो व्हिडिओ!?

मी: नाही, मला नाही जमलं, तो व्हिडिओ बघायला.

बाबा: आता तू फोन ठेव आणि आत्ता तो व्हिडिओ बघ आधी.

म्हणजे बाबा तेव्हा रागाने नाही बोलले. नॉर्मल बोलले होते, की बघ म्हणून.

पण मला माझ्या कामामुळे तो व्हिडीओ बघायला मिळतच नव्हतं.

नंतर एकदा मी घरी गेले. घरी गेल्यावर त्यांनी मला विचारले की, मी तो व्हिडिओ पाहिला का? पण कामाच्या गडबडीत मला नाही बघता आला.

हे कळताच त्यांनी स्वतःचा फोन काढला. त्यात तो व्हिडिओ प्ले केला आणि बोलले, “बघ आताच्या आता पूर्ण व्हिडिओ बघ.”

त्या क्षणी मी तो संपूर्ण व्हिडिओ पाहिला.

दीर्घ श्वासा मागचे विज्ञान मला लक्षात आले. त्यानंतर काही दिवस तरी मी दीर्घ श्वास नियमितपणे घ्यायचे. म्हणजे अचानक काही कठीण प्रसंग आला आणि अशा वेळेला बरेच लोक लगेच रिऍक्ट करतात. अशा वेळेला नंतर पश्चाताप होतो की आपण असं बोलायला नको होतं. पण त्या क्षणी जर दीर्घ श्वास घेतला.

- तर आपल्याला विचार करायला वेळ मिळतो.
- रागाचं, चिडचिडपणाचे प्रमाण कमी होतं.
- मन शांत व्हायला लागतं.
- नंतर हुशारीने स्मार्टली आपण अधिक चांगल्या प्रकारे ती परिस्थिती हाताळू शकतो आणि उत्तर देऊ शकतो.

हा मला अनुभव आला.

श्वास तर आपण घेतच असतो. दीर्घ श्वास म्हणजे

- मनात एक ते तीन अंक बोलत बोलत, श्वास घ्यायचा.
- मनात एक ते सहा अंक बोलत बोलत श्वास सोडायचा.

जितक्या अंकाने श्वास घेतो. त्या अंकाच्या दुपटीने श्वास सोडायचा.

(उदाहरणार्थ:

श्वास घेताना तीन अंक मोजले तर श्वास सोडताना सहा अंक मोजायचे.

श्वास घेताना चार अंक मोजले तर श्वास सोडताना आठ अंक मोजायचे.)

यासाठी तुम्हाला वेगळा वेळ काढावा नाही लागत.

- तुम्ही ऑफिसला जाताना ऑन द वे दीर्घ श्वास घेऊ शकतात.

• रात्री झोपायच्या आधी पाच मिनिटं काढून शांत बसून डोळे बंद करून पाठीचा कणा ताठ ठेवून पाच मिनिटे दीर्घ श्वास घेतला. तर खूप शांत वाटतं.

तुमच्यापैकी बऱ्याच आई-बाबांचं म्हणणं असेल की, मुलं खूप मस्ती करतात. अशा मुलांच्या समोर आई-बाबांनी हे स्वतः करायला सुरुवात करा. आपल्या मुलांसमोर डोळे बंद करून पाच मिनिटं बसा आणि दीर्घ श्वास घ्या. ते तुम्हाला विचारायला नक्कीच येतील की, आई बाबा काय करत आहेत?

कारण लहान मुलं हे आई-बाबांचं नक्कीच कॉपी करतात. मग शिकवा त्यांना. नियमितपणे पाच मिनिटे आई-बाबा आणि मुलं रात्री झोपायच्या आधी हे केल, तर मुलांचे मन पण हळूहळू शांत होईल. मानसिकरित्या सक्षम होण्यास ही खूप चांगली प्रॅक्टिस आहे.

नियमितपणे मुलाकडून करून तर घ्या. तुम्हाला नक्कीच अनुभव येईल की, मुलांचा अभ्यासात कॉन्सन्ट्रेशन वाढेल, मन शांत होईल.

फक्त पाच मिनिटे मुलांकडून करून घेतल्यास तुम्हाला नक्कीच सकारात्मक फरक तुमच्या मुलांमध्ये जाणवेल.

PS: पण दीर्घ श्वास नियमितपणे दररोज घेतला, तर त्याचा फायदा दिसून येईल.

|| धड्याचा सारांश:||

कोणताही प्रॉब्लेम वर काय सोल्युशन करावं हे सगळेच सांगतात. पण प्रॉब्लेम मध्ये डोकं शांत होण्यासाठी दीर्घ श्वास घ्यावा. हे म्हणजे प्रत्येक प्रॉब्लेम मध्ये आपला स्वतःचा डोकं न फिरवता, शांतपणे, कसं सामोरे जावं याचा सोपा मार्ग होता. हा मार्ग मला माझ्या बाबांनी दाखवला, जो कायम कोणत्याही परिस्थितीला सामोरे जाताना उपयोगी पडतो. त्यात नियमित दररोज दीर्घ श्वासाने अनेक शारीरिक आणि मानसिक फायदे देखील होतात. नियमितपणे दीर्घ श्वास घेतला, तर मानसिकता सक्षम होण्यास अधिक मदत होते. मन शांत राहत. मुलांच अभ्यासात लक्ष लागतं.

तुम्ही स्वतः आई बाबा हे करून बघा. तुम्हाला दीर्घ श्वासाने नक्कीच तुमच्या मध्ये फरक जाणवेल आणि यासाठी तुम्हाला वेगळा वेळ काढावा नाही लागत. तुम्ही ऑन द वे कधीही करू शकतात.

खास करून कठीण परिस्थितीमध्ये हे दीर्घ श्वास घेऊन बघा. तुम्हाला तुमच्या परिस्थितीच उत्तर सापडायला नक्की मदत होईल. ती परिस्थिती तुम्ही अधिक चांगल्या प्रकारे हाताळाल. कारण डोकं शांत असल्यावर तुम्ही जास्त चांगल्या प्रकारे ती सिच्युएशन हँडल करू शकतात. रागात तुम्ही ती सिच्युएशन अजून बिघडवू शकतात.

मुद्दाम तुमच्या मुलांसमोर डोळे बंद करून दीर्घ श्वास घ्यायला बसा.

तुम्हाला दीर्घ श्वास घेताना बघून तुमची मुलं नक्कीच तुमचं कॉपी करतील.

जर नसतील करत, तर त्यांना समजावून सांगा. त्याचे फायदे सांगा. त्याच्या मागचा विज्ञान समजावून सांगा. दीर्घ श्वासामुळे तुम्हाला होणारे फायदे तुमच्या मुलांना सांगून बघा. त्यांच्या मागे नका लागू. एकदा दोनदा सांगून बघा. ऐकले तर ठीक नाहीतर राहू दे.

जसे माझे बाबा नेहमी बोलतात, "एकदा करून तर बघ मग कळेल. "

याला म्हणतात "एक तीर मे दो निशान", इथे आपण प्रॉब्लेम वर काम करतच नाही आहे, तर प्रॉब्लेम मुळे जी मनस्थिती बिघडते. ती मनस्थिती सावरण्यावर काम करत आहोत.

७. तुम्ही जर असे वागत असाल तर, तुम्ही भविष्यकाळात तुमच्या मुलांच्या जीवनात पैशाची अडचण निर्माण करत आहात

या चित्रात आपण पाहू शकतो की, बालपणी केलेल्या योग्य संस्कारांमुळे मुलांचे यशस्वी भवितव्य पाहायला मिळते.

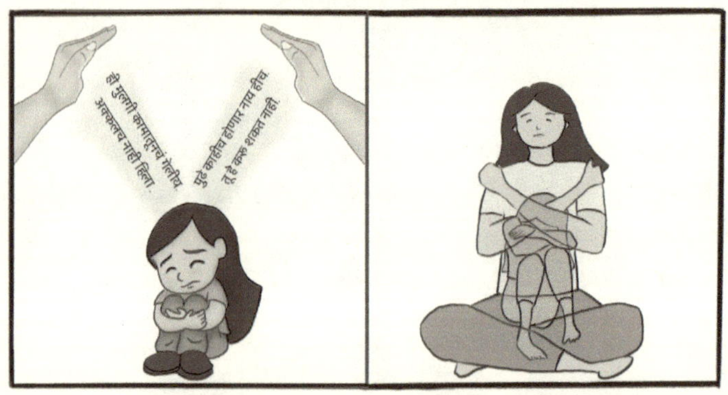

या चित्रात आपण पाहू शकतो की, बालपणी केलेल्या अयोग्य संस्कारांमुळे मानसिक आजारास बळी पडतात.

अग्निहोत्री काकू: वंजारे वाहिनी, आजचा मेनू अगदी वेगळा होता.

परब काकू: हो हो आणि टेस्टी होता. अरेंजमेंट पण खूप छान होती.

सगळ्याजणी माझ्या आईला (वंजारे वहिनी) सांगत होत्या.

आई: सगळं ह्यांनी(ह्यांनी म्हणजे माझ्या बाबांनी) मागवलं. सगळी अरेंजमेंट यांनी केली.

सरमळकर काकू: इडली सँडविच , चटणी सँडविच ढोकळा, काला जामुन सगळ्याची कॉलिटी आणि क्वांटिटी दोन्ही एकदम मस्त होत.

आई: हो यांना सर्व(यांना म्हणजे माझ्या बाबांना)कॉलिटी वालच लागत. ह्यांच घेणं नेहमी कॉलिटी वालच असतं.

लॉकडाऊनच्या आधीच्या भिशीची ही गोष्ट.

सांगायचा मुद्दा हाच की, माझ्या बाबाला सगळ्या बाबतीत कॉलिटी लागायची. मग त्या खायच्या गोष्टी असू दे, कपडे असु दे, कोणाला गिफ्ट द्यायचं असू दे, काहीही असू दे. नाहीतर काही लोकांच असत ना की, आधी पैसे बघतात, कमी किमतीचा असतील, ते घेतात. माझ्या बाबांचं तसं नव्हतं.बाबा पहिले कॉलिटीला महत्व द्यायचे.

त्यामुळे माझ्या लहानपणापासून प्रत्येक बाबतीत मी निरीक्षण केले की, प्रत्येक बाबतीत बाबांना कॉलिटी लागायची.

तसं पाहिलं तर, बाबाचं बालपण हे दादर मधल्या चाळीमधलं. 16 जणांच्या एकत्र कुटुंब पद्धतीमध्ये ते लहानाचे मोठे झाले.

एकंदर लोवर मिडल क्लास/ गरिबीमध्ये ते लहानाचे मोठे झाले.

पण जस शिक्षण पूर्ण होऊन नोकरीला लागले. प्रगती करत गेले. मुंबईसारख्या शहरात स्वतःची घरे घेतली. गरिबी ते अमीरीपर्यंतचा टप्पा कधी पार पडला, हे त्यांच त्यांनाच कळलं नाही.

|| तात्पर्य:||

आता मागे वळून बघते, तर मला एक कारण दिसून येते, त्यांच्या फायनान्शली फ्रीडमच ते म्हणजे त्यांना नेहमी कॉलिटी वाल्या गोष्टी लागायच्यात.

अ. नाहीतर काही लोकांचं असत ना की, कमी किमतीची गोष्ट विकत घेतात.मग ते कॉलिटी नाही बघत. त्यांचं लक्ष कायम पैशाच्या कमतरतेकडे असते.

आ. जेव्हा आपण कॉलिटीकडे लक्ष देत जातो.तेव्हा आपलं लक्ष नकळतपणे लक्झरी गोष्टींकडे असतं.

"where your attention goes,
energy flows,
where your energy flows
things grows"
-Dr. Joe Despenza

"जिथे तुमचं लक्ष जातं
तिथे शक्तीचा प्रवाह जातो
जिथे शक्तीचा प्रवाह होतो
त्या गोष्टी तुमच्या आयुष्यात वाढत जातात"
-Dr. Joe Despenza

हे विज्ञान आहे आणि विज्ञानाने हे सिद्ध केलं आहे. मग ते तुमच्या आयुष्याच्या प्रत्येक टप्प्यांमध्ये प्रत्येक विषयामध्ये लागू पडतं. आपण इथे पैशाबद्दल हे पडताळून बघूया.

अ) गटातील लोकांचे लक्ष हे पैशाच्या कमतरतेकडे असते. त्यामुळे त्यांचा शक्तीचा प्रवाह हा पैशाच्या कमतरते कडे जातो. आणि मग पैशाची कमतरता त्यांच्या आयुष्यात वाढत जाते.

आ) गटातील लोकांचे लक्ष क्वालिटी कडे असते. म्हणजे लक्झरी कडे असते. त्यामुळे त्यांच्या शक्तीचा प्रवाह लक्झरी कडे वाढत जातो. आणि मग त्यांच्या आयुष्यात लक्झरी वाढत जाते.

आपण आपल्या आजूबाजूला अशी बरीच लोक बघतो.जे कॉलिटी बघण्यापेक्षा पैसे बघतात. पैसे वाचवायला जवळजवळ सगळेच बघतात. पण जे अतिरेक करतात, कंजूसपणा करतात. ते कधीच श्रीमंत होऊ शकत नाहीत.

तुम्हाला हे लक्षात आलं असेल, जे लोक कंजूशपणा करतात. ते कायम गरिबीतच राहतात. म्हणावं तितकी त्यांची प्रगती होत नाही. कारण त्यांचं संपूर्ण लक्ष हे पैशाच्या कमतरतेकडे असते.

हे दोन्ही अनुभव मी माझ्या जवळच्या लोकांमध्ये पाहिले आहेत.

१) ज्यांना सतत कॉलिटी असलेल्या गोष्टी लागतात, त्यांची आर्थिक परिस्थिती सुधारत जाते.

२) पण जे अति कंजूसपणा करतात, त्यांची आर्थिक परिस्थिती म्हणावी, तितकी सुधारत नाही.

हे दोन अनुभव सांगण्याचा मुद्दा हाच. आई-बाबा म्हणून तुम्ही पैशाबाबत तुमच्या मुलांसमोर जागृतपणे बोला.

लहानपणापासून आपल्या आजूबाजूच्या जवळच्या व्यक्तींचा म्हणजे आई बाबा, घरातले जवळची लोक, मित्रमंडळी यांच्या मतांचा, त्यांच्या विचारांचा, त्यांच्या सतत बोलणाऱ्या वाक्यांचा प्रभाव हा लहान मुलांवर पडत असतो आणि त्यानुसार त्यांची विचारसरणी आणि मत बनत असतात.कारण त्यामुळे पैशाबाबतची सकारात्मक किंवा नकारात्मक विचारसरणीचे बीज तुमच्या मुलांच्या मनात रोवली जात असतात.

१) थोडक्यात जर आई-बाबा गरिबीत असले, तरी त्या गरिबीच्या गप्पा तुमच्या मुलांसमोर मारू नका. त्यामुळे कंजूसपणा, पैशाची कमतरता याची बीज तुमच्या मुलांच्या मनात रोवली जातील. सतत तुमची मुलं पैशाकडे कमतरतेच्या नजरेने बघतील आणि जिथे लक्ष जातील, त्या गोष्टी आयुष्यात वाढत जातात. त्यामुळे पैशाची कमतरता तुमच्या मुलांच्या आयुष्यात वाढत जाईल. यामुळे तुम्ही तुमच्या मुलांची पैशाची विचारसरणी आणि मत खराब करत आहात.

"पैसा कमवणे कठीण आहे", हे तुम्ही तुमच्या मुलांच्या मनात रोवत आहात. जे "पेराल ते उगवेल". त्यामुळे आयुष्यात जेव्हा ते मोठे होऊन पैसे कमवायला जातील, तेव्हा त्यांच्या मार्गात अडथळेच येतील. कारण त्याच्या मनात पक्क झालंय की, पैसा कमावणं कठीण आहे. त्यामुळे त्यांच्या आयुष्यात पैसे यायला कठीण परिस्थिती निर्माण होईल.

PS: पैशाबाबत या विचारसरणीच्या गोष्टी मला माझी गुरु अंजना यांच्याकडून कळल्या.

२) जसं माझ्या बाबांनी केले. त्यांना नेहमी कॉलिटीवाल्या गोष्टी लागायच्या. मी जन्माला आल्यानंतर बाबा आमिर झाले होते.त्यामुळे पैशाच्या कमतरते बाबत माझ्यासमोर कधीच बोललं गेलं नाही. माझी पैशाची नेहमीच फ्रिक्वेन्सी चांगली होती.

३) "अंथरूण पाहून पाय पसरावे" ही म्हण शाहरुख खानच्या आईने शाहरुख खान समोर कधीच वापरली नाही. उलट त्या म्हणी मध्ये योग्य तो बदल करून, शाहरुख खान समोर नेहमी बोलायचा.

शाहरुख खानला त्याची आई नेहमी म्हणायची की, "गरजेपेक्षा चादर नेहमी मोठी असावी."

शाहरुख खानच्या आईचं म्हणणं होतं " never settle for less."

चादर नेहमी मोठी ठेव, म्हणजे गरजेपेक्षा जास्त, मोठी चादर, असायला हवी असं शाहरुखच्या आईचं म्हणणं होतं. थोडक्यात त्याच्या आईने त्याला मोठी स्वप्न बघण्याची बीज त्याच्या मनात इथे रोवली होती.

तुम्ही तुमच्या मुलां समोर अशा चांगल्या सकारात्मक म्हणी मुद्दाम नियमितपणे सतत बोलत जा. अगदी तसंच जसं शाहरुख खानच्या आईने आणि माझ्या बाबांनी केलं तसंच.

हार्व यांच्या पुस्तकांमधील एक गोष्ट सांगते. एक माणूस होता. तो पैसा

कमवायचा, पण तो सगळा पैसा संपून जायचा. पैसा त्याच्याकडे टिकायचाच नाही.

जेव्हा तो हार्वे यांच्याकडे वर्कशॉपला आला. तेव्हा त्याच्या लक्षात आणून दिले की, त्याचा पैसा संपून का जातो. याचं कारण त्याला शोधून दिलं गेलं. याचं मूळ कारण होतं त्याच्या बालपणात.

त्याच्या आईच असं म्हणणं होतं की, "गरजेपेक्षा जास्त पैसा ज्या लोकांकडे असतो ती लोक म्हणजेच अमीर लोक ही वाईटच असतात. अमीर लोक ही गरीब लोकांना त्रास देतात. अमीर लोक गरीब लोकांना त्रास देऊन त्यांना छळून श्रीमंत होतात.अमीर लोक ही लोभी असतात. त्यामुळे जेवढी गरज लागेल, तेवढाच पैसा आपल्या जवळ असावा. गरजेपेक्षा जास्त पैसा नसावा.

जास्त पैसा आला की, लोक वाईट बनतात आणि गरीब लोकांना त्रास देतात. "

हे अगदी लहानपणापासून तो त्याच्या आईकडून नेहमी ऐकत आला होता. त्यामुळे गरजेपेक्षा जास्त पैसे त्याच्याकडे टिकायचाच नाही. सगळे पैसे खर्च व्हायचे. त्याला वाटायचं की गरजेपेक्षा जास्त पैसा कमवून तो अमीर झाला, तर तो देखील इतर अमीर लोकांसारखा लोभी होईल. त्याच्या हातून देखील गरीब लोकां बद्दल वाईट कृत्य होईल. अशी भीती त्याच्या मनात निर्माण झाली होती.आई त्याच्या अगदी जवळची व्यक्ती होती आणि ही पैशाबाबतची भीती त्याच्या मनात खोलवर निर्माण झाली होती.

|| **तात्पर्य**:||

लहान मुलांची पैशाबाबतची विचारसरणी, पैशाबाबतची मत ही त्यांच्या आई-बाबांमुळे किंवा जवळच्या व्यक्तीमुळे तयार होत असते. त्यामुळे जसं या माणसाचं झालं की, त्याच्या या लहानपणापासून ऐकलेल्या गोष्टीमुळे त्याची पैशाबाबतचे विचारसरणी देखील तशीच झाली आणि पैसा येण्यामागे मानसिकरित्या अडथळे निर्माण झालेत.

म्हणून तुम्ही तुमच्या मुलांसमोर काय बोलता ते बोलण्याआधी हजार वेळा विचार करा आणि मगच बोला. देवाने तोंड दिलय

म्हणून गटरा सारखे शब्द वापरू नका.तुमच्या मुलांसमोर पैशाच्या कमतरते बाबत बोलून तुम्ही आपल्या मुलांची पैशाबाबतची विचारसरणी, पैशाची फ्रिक्वेन्सी खराब करू नका. त्यामुळे पुढे जाऊन तुमच्या मुलांच्या आयुष्यात पैशाबाबत चंचण निर्माण होईल.

पैसा आयुष्यात महत्त्वाचा असतो. तो तुमच्या मुलांच्या आयुष्यात येण्याची कमतरता निर्माण होईल. हे सगळं विज्ञान आहे. शब्दाची वैज्ञानिक ताकद मी आधीच्या पुस्तकात "प्रारंभ" मध्ये दिली आहे. ते पुस्तक नक्की वाचा. शब्दाच्या जपून वापरण्याबाबत मी माझ्या आधीच्या पुस्तकात "पैसा आणि श्रीमंती" मध्ये दिले आहे. ते नक्की वाचा.

८. आपल्या भारताबाबत ही गोष्ट प्रत्येक आई-बाबांनी केलीच पाहिजे

या चित्रात आपण पाहू शकतो की, बालपणी केलेल्या योग्य संस्कारांमुळे मुलांचे यशस्वी भवितव्य पाहायला मिळते.

या चित्रात आपण पाहू शकतो की, बालपणी केलेल्या अयोग्य संस्कारांमुळे मानसिक आजारास बळी पडतात.

||भाग १:||

जन गण मन अधिनायक जय हे भारत भाग्य विधाता,
पंजाब सिन्ध गुजरात मराठा द्राविड़ उत्कल बंग,
विन्ध्य हिमाचल यमुना गंगा उच्छल जलधि तरंग,
तव शुभ नामे जागे, तव शुभ आशिष मागे,
गाहे तव जय गाथा ॥
जन गण मंगलदायक जय हे भारत भाग्य विधाता,
जय हे, जय हे, जय हे, जय जय जय जय हे ॥

जसं टीव्ही वर हे आपले राष्ट्रगीत सुरू झालं, तसं माझे बाबा हातातलं काम सोडून राष्ट्रगीतासाठी उभे राहिले. मग आम्ही देखील राष्ट्रगीतासाठी उभे राहिलो.

थोडसं flashback:

नेहमीप्रमाणे बाबा सकाळी लवकर उठले. पण आजचा दिवस वेगळा आणि स्पेशल होता. बाबांनी रिमोट कंट्रोल घेतला नॅशनल चैनल लावलं. त्या चैनल वर झेंडावंदनाचा कार्यक्रम सुरू झाला होता. परेड चालू झाली. फुलांच्या पाकळ्यांमध्ये व्यवस्थित फोल्ड केलेला आपला झेंडा हळूहळू वर आकाशात जाऊ लागला. जसा वर टोकाला पोहोचला तसा आकाशात आपला भारताचा झेंडा फडकू लागला आणि त्यासोबतच त्या आत मध्ये असलेली फुलं सगळी खाली पसरली. जणू या फुलांनी त्या झेंड्याच मानाने वंदन केलं.

हाच तो क्षण या क्षणी आपल्या स्वातंत्र्यासाठी ज्या लोकांनी आपल आयुष्य पणाला लावलं. त्या सगळ्यांची आठवण या एका क्षणी येऊन गळा दाटून येतो आणि या सर्वांसाठी अभिमानाने ऊर भरून येतो.

त्यानंतर सगळ्यांची भाषण होतात. बाबा अगदी मन लावून प्रत्येकाची भाषणे ऐकत असतात आणि मग यानंतर सुरू होतं ते आपल्या देशाचं राष्ट्रगीत.

जसं राष्ट्रगीत सुरू होणार हे बाबांना कळलं, तसं हातातलं काम सोडून राष्ट्रगीतासाठी आदराने उभे राहायचे. मी, आई, माझी बहीण आम्ही चौघही राष्ट्रगीतासाठी उभे राहायचो.

|| तात्पर्य:||

आपल्या कृतीतून, आपल्या मुलांमध्ये आणि आपल्या परिवारामध्ये, देशाबद्दल अभिमान, प्रेम, आदर माझे बाबा निर्माण करत होते. प्रत्येक आई-बाबांनी आपल्या अशाच छोट्या छोट्या कृती मधून आपल्या मुलांना असं घडवायचं असतं.

आपल्या देशाबद्दल प्रेम, अभिमान असलाच पाहिजे. आणि तो आपल्या सोबत आपल्या मुलांमध्ये कसा निर्माण करायचा याच एक उत्तम उदाहरण. म्हणजे दरवर्षीची आमची 15 ऑगस्ट आणि 26 जानेवारीची सकाळ.

|| धड्याचा सारांश:||

15 ऑगस्ट आणि 26 जानेवारी या दोन्ही दिवशी बाबा सकाळी उठल्यावर नॅशनल चायनल किंवा न्यूज चैनल वर जेव्हा पंतप्रधान झेंडावंदन करतात. ते सकाळीच टीव्हीवर लावून ठेवायचे.

आणि जेव्हा टीव्हीवर राष्ट्रगीत चालू व्हायचं. तेव्हा बाबा हातातली काम सोडून उभे राहायचे.

मग आम्ही देखील राष्ट्रगीतासाठी उभे राहायचो व त्यानंतर आमच्यात चर्चा रंगायची. मनातील इतिहासातील पान हळूहळू उलगडू लगायचे आणि त्यातून हळूहळू एक

एक देश वीर आणि त्यांचं कर्तुत्व याबाबत आमची चर्चा रंगायची. आपल्या स्वतंत्रासाठी या देशवीरांनी जी कामगिरी बजावली, ते सारे दृश्य अगदी डोळ्यासमोर एका चित्रपटासारख डोळ्या समोर उभे राहायचे. त्यांच्याबद्दल अगदी अभिमानाने उर भरून यायचा. त्यांचं ते शौर्य, त्यांचे ते कर्तृत्व , देश स्वतंत्र होण्यासाठी जनजागृती, देश स्वतंत्र होण्यासाठी मवाळ जहाल या सगळ्या गोष्टींची चर्चा आमच्या मध्ये व्हायची.

इतिहासातील या काही गोष्टी आम्ही सांगायचो, काही गोष्टी बाबा सांगायचे. या सगळ्यात देशाबद्दल अभिमान, प्रेम, आदर वाढायचा.

|| भाग २:||

भारताचा कन्याकुमारीचं टोक ....

सिमलाची बर्फाळ पर्वतरांग असू दे ...,

आग्र्याचा ताजमहाल असू दे,

का कुतुब मिनार असू दे,

किंवा केरळ असू दे,

राजस्थानातील राजवाडे असू दे,

आसाममधील चहाचे मळे असू दे,

ऋषिकेश मधील आध्यात्मिकता असू दे,

महाराष्ट्रातील नाशिक, माथेरान , महाबळेश्वर , तुंगारेश्वर , राष्ट्रीय उद्यान, लोणावळा, माळशेज घाट, कोल्हापूर, पंढरपूर, शिवाजी महाराजांचे किल्ले असू दे.

भारताची सुंदर अशी विविधता, या वेगवेगळ्या भागात जाऊन, आम्ही, सहपरिवार सहकुटुंब पाहिली आहेत.

लहानपणापासून बाबांसोबत आमच्या बऱ्याच पिकनिक झाल्या. आता मागे वळून बघते, तर लक्षात येतं. माझ्यामध्ये नियमितपणे पिकनिकच्या आवडीचा जन्म हा इथून झाला. दरवर्षी नॅशनल, इंटरनॅशनल ट्रिप करण्याची माझी आवड ही इथून आली. कारण आजवर आम्ही नियमितपणे कायम पिकनिक करत आलो आहोत.

बाबा गेल्यानंतर देखील नियमितपणे आमच्या बऱ्याच पिकनिक झाल्यात. राजस्थान, मालदीव, हिमाचल, आसाम, पंजाब, दुबई, सिंगापूर, पॅरिस.... अजून बऱ्याच पिकनिक पुढे देखील होतील.

|| **तात्पर्य १**:||

आता ही सगळी एवढी ठिकाण बघून लक्षात आलं की, अरे आपल्या भारतात काय नाही आहे?

- आपल्या भारतात सर्व आहे.
- बर्फापासून ते वाळवंटा पर्यंत,
- एवढेच नाही पर्वतरांगांमध्ये पण विविधता आहेत. गर्द झाडीने गच्च अशी हिरवीगार पर्वत रांग, तर बर्फाने व्यापून टाकलेली बर्फाळ पर्वत रांग,

- शिवाय ताजमहाल सारखा उत्तम कलाकृतीचा नमुना,
- शिवाजी महाराजांच्या काळातील किल्ले,
- राजस्थानातील राजवाडे

अशा ऐतिहासिक गोष्टी देखील बऱ्याच आहेत.

सगळ्या गोष्टी एकाच ठिकाणी भारतात आपल्याला बघायला मिळतात.

सांगायचा मुद्दा: सगळ्या प्रकारचे विविधता, संस्कृती, भाषा, सण, पदार्थ, परंपरा, आपल्याला एकाच भारतात पाहायला मिळते. सगळ्यात जुनी लायब्ररी देखील भारतातच होती. आपला भारत हा सगळ्याच दृष्टीने समृद्ध आहे. म्हणूनच भारताचे सौंदर्य हे कायम चिरतरुण आहे.

इतिहासात जाऊन पाहिलं तर भारताच्या अनेक शौर्यवान गाथा आपल्याला ऐकायलाही मिळतील.

भारत म्हणजे या विविधतेच्या शृंगाराने नटलेली "नवी नवरी" सारखी गोड पण त्यासोबतच झाशीच्या राणी सारख शौर्य, बलाढ्य देखील तितक्याच प्रमाणात आहे.

- भारताबाबतची ही आवड, हा अभिमान, या नियमितपणे केलेल्या पिकनिक मुळे झाली.
- भारताची ही विविधता, संस्कृती या पिकनिक मुळे कळली.

- माझ्या बाबतीत म्हणाल, तर मला तसे उत्तम शिक्षक देखील लाभले. माझ्या शाळेतील इतिहासातील आणि भूगोलाचे शिक्षक यांच्यामुळे भारताची संस्कृती आणि भारताचे विविधता अधिक उत्तमरीत्या लक्षात आली. अजूनही ठसठशीतपणे लक्षात आहे.

पिकनिक हे फक्त माध्यम होते. पण त्यातून भारताबाबत अभिमानाची बीज रोवली गेलीत.

प्रत्येक आई-बाबांनी आपल्या मुलांमध्ये भारताच्या संस्कृती बद्दल आवड निर्माण केली पाहिजे. भारताच्या विविधतेबाबत, भारताच्या सौंदर्याबाबत माहिती दिली पाहिजे.

माझ्या बाबांनी हे पिकनिकने केलं. तुम्ही वेगवेगळ्या पद्धतीने करू शकता. या पिकनिकच्या कारणाने का होईना, भारताची विविधता, संस्कृती बघायला मिळाली.

तुम्ही तुमच्या मुलांच्या लहानपणापासून त्यांना वेगवेगळ्या पद्धतीने भारताची संस्कृती, भारताची विविधता, भारताचा इतिहास, सण, भाषा, संस्कृतींनी नटलेला समृद्ध भारत दाखवू शकता.

• इंटरनेटच्या साह्याने त्यांना आपल्या संस्कृती बाबत, भारताच्या विविधतेबाबत काही व्हिडिओज, डॉक्युमेंटरी दाखवू शकतात.

•इतिहासातील शिवाजी महाराजांच्या, झाशीची राणीच्या,शौर्याच्या गोष्टी सांगून भारताची विविधता दाखवू शकतात, भारताच्या संस्कृती बाबत आवड, अभिमान निर्माण करू शकता.

प्रत्येक आई-बाबांची ही जबाबदारी आहे की, आपल्या मुलांना, आपल्या भारतातील ही विविधता, ही संस्कृती, त्यांच महत्त्व पटवून दिलं पाहिजे. लहानपणापासूनच त्यांच्या मनात ही बीज रोवायला सुरू करा.

मी पिकनिक करायला नाही सांगत. पण भारतात इतकी विविधता, संस्कृती, सौंदर्य आहे. तुम्ही तुमच्या मुलांना खूप इंटरेस्टने वेगळ्या दृष्टिकोनाने खूप छान गप्पांच्या माध्यमातून लहानपणापासून भारताबद्दल आवड निर्माण केली पाहिजे. तुमच्या मुलांना भारताबद्दल अभिमान वाटला पाहिजे. अशा छान संस्कृतीच्या गोष्टी तुम्ही तुमच्या मुलांना सांगू शकतात.

|| **तात्पर्य दोन**:||

विज्ञानाच्या दृष्टीने या पिकनिक चे महत्व मला नंतर कळलं. पिकनिक केलं की काय होतं सांगा बरं?? आपल्या दैनंदिन दिनक्रमातून आपल्याला एक ब्रेक मिळतो.

दररोजचा जो आपला दिनक्रम असतो.सकाळचा नाश्ता, ऑफिस, मुलांचा अभ्यास, घर, वीकेंडला कधीतरी बाहेर

गेलो, नाही तर घरची जी उरलेली काम आहे ती वीकेंडला करायची.

डॉक्टर जो डिस्प्नेंझा यांच्या मते जेव्हा आपण सकाळी उठून एकाच प्रकारचा दिनक्रम करतो. तेव्हा मेंदू तुमचा बॉस बनतो. मेंदू कटपुतली प्रमाणे तुम्हाला वागवतो. तुम्ही मेंदूचे नोकर बनता. वैज्ञानिक दृष्टीने सांगायचं झालं, तर जेव्हा आपण एकच दिनक्रम दररोज करतो. तेव्हा आपण ऑटोमॅटिक मोड मध्ये जातो.

त्याच्यानंतर जेव्हा तुम्ही एखादी सवय लावायचा प्रयत्न करता, तेव्हा मेंदू तुम्हाला नवीन सवय लावू देत नाही. तुमची अडवणूक करतो. "आता नको करू, नंतर कर." ती सवय न लावण्याचे असे एक ना अनेक बहाने तुम्हाला मेंदू देतो. कोणतीही चांगली सवय लावायची असेल. उदाहरणार्थ सकाळी नेहमीपेक्षा एक तास लवकर उठण्याची सवय.

जेव्हा तुम्ही पिकनिकला जाता. तेव्हा तुमचा दररोजचा हा दिनक्रम ब्रेक होतो. अशावेळी मेंदू जो तुमच्यावर हावी झाला होता. तो मेंदूचा पॅटर्न ब्रेक होतो.

ज्या लोकांना नियमितपणे पिकनिकला जायला जमत नसेल.

त्या लोकांनी एक गोष्ट करू शकता. ती गोष्ट म्हणजे उदाहरण देऊन सांगते.

जर सकाळी उठून

तुम्ही उठल्या उठल्या ब्रश करत असाल, मग तोंड धुत असाल,

मग अंघोळ करत असाल.

तर या तिघांचा दिनक्रम बदला.

मग आधी तोंड धुवा,

मग ब्रश करा,

मग अंघोळ करा.

किंवा

आधी आंघोळ करा,

मग तोंड धुवा

मग ब्रश करा.

असा तुम्ही दिवसभरातील तुमच्या दिनक्रमातील कोणत्याही गोष्टी उलट सुलट करू शकता. त्याचा सिक्वेन्स बदलू शकता.

असा तुमचा जो काही दिनक्रम असेल. त्याचा जो सिक्वेन्स असेल. तोच बदला. त्यामुळे तुम्ही तुमच्या मेंदूचा पॅटर्न ब्रेक करता. मेंदूपासून कटपुतली होण्यापासून तुम्ही वाचता.

थोडक्यात जे आपण पिकनिक करून करत होतो. ते पिकनिक न करता करतो. फक्त आपल्या दिनक्रमातील गोष्टींचा सिक्वेन्स बदलून करत आहोत.

दोघांचा हेतू एकच: मेंदू जो कटपुतली सारखा आपल्याला हाताळतोय. ते टाळणे.

या दोन्हीही गोष्टी करून आपण आपली मानसिक आरोग्य सुदृढ बनवतोय. मानसिकता जपतोय. याला विज्ञानाची साथ आहे.

याबाबत अधिक माहितीसाठी तुम्ही माझं या आधीच पुस्तक "**प्रारंभ**" हे वाचू शकतात.

धड्याचा सारांश:

हे सर्व सांगण्याचा मुद्दा हाच की, आम्ही नेहमी पिकनिकला जायचो. त्यापासून मला भारताची विविधता लक्षात आली. भारताची संस्कृती लक्षात आली. भारताबद्दल अभिमान निर्माण झाला.

तुम्ही तुमच्या मुलांच्या मनात लहानपणापासूनच आपल्या भारताच्या संस्कृतीची बीज रोवली पाहिजे.

दुसरी महत्त्वाची गोष्ट म्हणजे तुम्ही जो एकच दिनक्रम सतत जगत असता. त्यामुळे वैज्ञानिक दृष्ट्या मेंदू तुम्हाला कटपुतली प्रमाणे वागवत असतो.मेंदू तुमचा बॉस बनतो. आपण ऑटोमॅटिक मोड वरती जातो. तुम्ही मेंदूचे नोकर बनता.

हे सर्व टाळायचं उत्तम उपाय म्हणजे "ब्रेक द रुटीन" म्हणजेच पिकनिक करणं.

जे लोक नियमितपणे पिकनिक नाही करू शकत. त्यांच्यासाठी ही उपाय सांगितला आहे. त्यांनी थोडक्यात त्यांच्या दिनक्रमातील गोष्टींचा सिक्वेन्स बदलावा. त्यामुळे देखील मेंदूचा पॅटर्न ब्रेक होतो.

मेंदू मधील अधिक माहितीसाठी तुम्ही माझी "**प्रारंभ**" आणि "**ब्रेन हॅक**" पुस्तक नक्की वाचा.

टिपणी: प्रत्येक धड्यात दिलेल्या गोष्टी करून तर बघा!! नियमितपणे न चुकता करून बघा.

९. मुलांसोबत ही गोष्ट करताना बऱ्याच पालकांचा इगो मध्ये येतो

या चित्रात आपण पाहू शकतो की, बालपणी केलेल्या योग्य संस्कारांमुळे मुलांचे यशस्वी भवितव्य पाहायला मिळते.

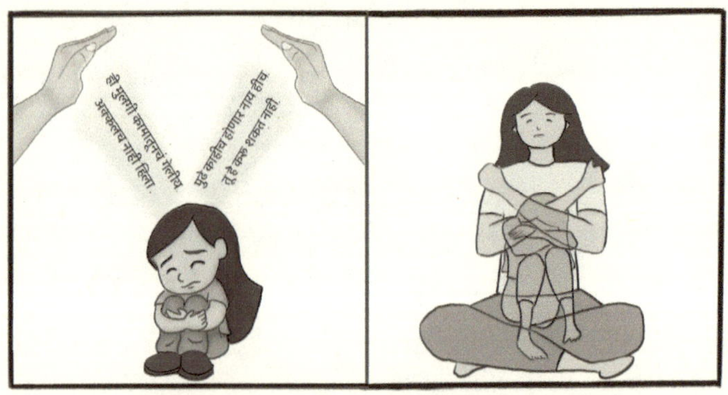

या चित्रात आपण पाहू शकतो की, बालपणी केलेल्या अयोग्य संस्कारांमुळे मानसिक आजारास बळी पडतात.

मी: सकाळी लवकर उठून चालायला जात जा.

बाबा: त्याने काय होतं?

मी: सकाळी लवकर उठून चालणं आपल्या शरीरासाठी उत्तम असतं. आपल्या आरोग्यासाठी उत्तम असतं.

बाबा: अरे वा, मी योगा तर करतोच. जर हे आरोग्यासाठी उत्तम असेल, तर हे ही मी करेन.

त्यानंतर चार दिवसानंतर. .

मी: अजून चालू नाही केलं का?? सकाळी चालायला जायला?

बाबा: या आठवड्यात जरा काम होती. आता नक्की करेन.

त्याच्या दुसऱ्या दिवसानंतर बाबाने आमच्या जवळ असलेल्या गार्डनमध्ये चालायला जायला सुरू केलं. त्या दिवसानंतर, सकाळी उठल्यावर, दररोज नियमितपणे, ते चालायला जाऊ लागले.

|| **तात्पर्य**:||

मी बर्याच आई-बाबांचे ऐकलं आहे. त्यांची मुलं जेव्हा त्यांना एखादी गोष्ट सांगायला येतात. ते आई-बाबा साधं एकदाही त्यांच्या मुलांचं बोलणं ऐकूनही घेत नाहीत.

"मोठा झालास का तू? तू मला शिकवणार? अरे तुझ्या पेक्षा चार पावसाळे आम्ही जास्त पाहिलेत. आम्हाला सर्व माहिती आहे."

जरी ती गोष्ट कितीही योग्य असली, तरी ते आपल्या मुलांच ऐकूनही घेत नाही.

सांगायचा मुद्दा हा की, माझ्या बाबांच माझ्याकडून शिकण्याला काहीच विरोध नव्हता. त्यांचा इगो हर्ट होत नव्हता. माझ्या बाबांनी मला कधीच attitude नाही दाखवला. त्यांची माझ्याकडूनही शिकण्याची तयारी होती.

किती सहजरीत्या त्यांनी एखादी चांगली गोष्ट माझ्याकडून शिकली आणि ती आपल्या अंगी पण बाळगली. म्हणजे आपल्या दिनक्रमातही सहभागी केली.

अशी सहजता आमच्या नात्यात होती. जिथे मी चार चांगल्या गोष्टी, ज्या मला माहित होत्या. त्या, मी माझ्या बाबांशी सहजपणे बोलू शकत होती .

काय हरकत आहे??? चार चांगल्या गोष्टी आपल्या मुलांकडून शिकल्या तर???

- कदाचित तुमच्या मुलांनी तुम्हाला (आई बाबाना) सांगितलेल्या गोष्टी या तुम्हाला फायदेशीर किव्वा उपयोगाच्या असतीलही.
- "ती गोष्ट जर योग्य असेल, तर करायला काहीच हरकत नाही." असं म्हणून जर तुम्ही करून पाहिलात. तरी यामुळे तुमच आणि तुमच्या मुलांचं नातं अधिकच घट्ट होईल.
- तुमच्या मुलांमध्ये आणि तुमच्या मध्ये मैत्रीचं नातं निर्माण व्हायला. यामुळे मदतच होईल. तुमचं नातं अधिक सुंदर होईल.

तुम्ही वयाने मोठे आहात. याचा अर्थ असा नाही की, तुमच्यापेक्षा लहान असलेल्या मुलांनी सांगितलेली प्रत्येक गोष्ट चुकीची असेल.

निदान ऐकून तर घ्या. करणं, न करणं ही वेगळी गोष्ट. ऐकायला पैसे नाही पडत.

आपली मतं, आपले आई-बाबा ऐकून घेत आहेत. हे वाटून तुमच्या मुलांना देखील बरं वाटेल.

मत मान्य असणं, एकमत होणं, मत नं पटणं या सगळ्या वेगळ्या गोष्टी आहेत.

- किती वाईट वाटत असेल, त्यांना जेव्हा साध त्यांचं म्हणणं त्याच्या आई-वडिलांकडून ऐकून घेतलं जात नाही.
- त्यामुळे तुमच नातं खराब होते. ती वेगळी गोष्ट.
- आता आई-बाबांनी ऐकून नाही घेतलं, मग पुढच्या वेळी तुम्हाला काहीही सांगायला येणार नाहीत.
- नंतर मग तुमच्याशी ते काहीच शेअर करणार नाही.
- तुमच्या मुलांच्या मनात राग, चिडचिड निर्माण होईल.

|| तात्पर्य दोन:||

- तसं बघायला गेलं, तर एखादी गोष्ट किव्वा एखादे ज्ञान जेव्हा तुमची मुलं तुम्हाला (आई बाबाना) सांगतात. तेव्हा त्या गोष्टीबद्दल तुमच्या मुलांचे एक स्वतःच मत असतं.
- एखादा निर्णय घेण्याची क्षमता यात दिसून येतात.
- त्यांच्याकडे एखाद्या वेगळ्या गोष्टीचा ज्ञान आहे हेही यातून दिसून येतं.

खुश व्हा ना, ही खूप चांगली गोष्ट आहे.

एखादया चौकटी बाहेरच ज्ञान असणं. चांगली गोष्ट आहे. अशा सकारात्मक दृष्टीने त्यांचं म्हणणे ऐकून घ्या.

१०. तुमच्या मुलांना कायम यशाच उंच शिखर गाठण्यासाठी, ही गोष्ट शिकवलीच पाहिजे

या चित्रात आपण पाहू शकतो की, बालपणी केलेल्या योग्य संस्कारांमुळे मुलांचे यशस्वी भवितव्य पाहायला मिळते.

या चित्रात आपण पाहू शकतो की, बालपणी केलेल्या अयोग्य संस्कारांमुळे मानसिक आजारास बळी पडतात.

Part 1:

शिक्षण म्हटलं की तुमच्या डोक्यात काय येत? विद्यार्थी म्हटलं की तुमच्या डोक्यात काय येतं? ज्ञान म्हटलं तर तुमच्या डोक्यात काय येत?!

शाळा, कॉलेज एवढेच येत असेल बरोबर??बस एवढेच??

खरं शिक्षण त्या नंतर सुरू होतं.

आपण शेवटच्या श्वासापर्यंत वेगवेगळ्या गोष्टींबद्दल ज्ञान मिळवू शकतो. मग ते ज्ञान आरोग्याबद्दल असू दे, मग ते ज्ञान तुमच्या आवडीबद्दल असू दे, मग ते ज्ञान तुमच्या टॅलेंट बद्दल असू दे, मग ते ज्ञान कोणत्याही

विषयावर असू दे. मग ते तुम्ही पुस्तकातून सेमिनार, वेबीनार मधून घेऊ शकता.

एवढे सगळं सांगण्याचा मुद्दा हाच.

भर गणपतीच्या पहिल्या का दुसऱ्या दिवशी दादरमध्ये एक सेमिनार होतं.घरात गणपती आणि तरीदेखील आम्ही या सेमिनारला गेलो होतो. त्यामुळे घरच्यांच्या खूप शिव्या पडल्या होत्या.

"अंतर एका श्वासाचं", हे आम्ही सेमिनार अटेंड केलं होतं. मी आणि बाबा गेलो होतो.

पण या सेमिनार मध्ये श्वासाबद्दल उजवी नाकपुडी, डावी नाकपुडी याच्या खोलात माहिती मिळाली होती. ज्यांनी सेमिनार घेतला होता. त्यांचे एक पुस्तक देखील होतं. याच नावाचं "अंतर एका श्वासाचं".

महत्त्वाची गोष्ट अशी की, त्या श्वासाच्या सेमिनारमध्ये त्या व्यक्तीने आम्हाला जे जे शिकवलं होतं. ते बाबांनी कायम फोलो देखील केलं. म्हणजे असं नाही की, एकदा सेमिनार ऐकलं, ऐकून विषय संपला. असं नाही, तर त्यांनी ती सवय त्यांच्या आयुष्यात दैनंदिन जीवनात देखील सहभागी केली. त्या सेमिनार मध्ये श्वासा बद्दल ज्या गोष्टी शिकवल्या होत्या, त्या त्यांनी तंतोतंत कायम आजवर पाळल्यात.

असं जिथे जिथे जेव्हा केव्हा त्यांच्या इंटरेस्ट रिलेटेड किंवा आरोग्य संबंधी असे सेमिनार असले, तर तिथे ते

जाऊ की नको असं कधीच नाही करायचे.डाऊट न घेता अटेंड करायचे. हा पण त्या मागचे विज्ञान नक्कीच पडताळून पाहायचेत.

यात अंधश्रद्धा तर नाही ना, हे नक्कीच पडताळून पाहायचे.

त्यानंतर काही वर्षांपूर्वीच त्यांना वामनराव पै यांचे सकारात्मक विचारांबद्दल कळलं. वामनराव पै यांचे देखील शिबिर त्यांनी अटेंड केले होते. युट्युब वर त्यांच्या प्रार्थना, परत त्यांचे जे लेक्चर व्हायचे, ते दररोज ऐकायचेत.

मी मागच्याच धड्यात सांगितले की, ते आमच्यासमोर देखील युट्युब वर लावायचे.

प्राणायाम आणि योगा तर ते आधीपासूनच करायचे ते मी सांगितले. खूप आधी योगा टीचर पण होते ते.

त्याच्यानंतर जेव्हा lockdown लागलं. तेव्हा वॉकला जाणं बंद झालं.अशावेळी त्यांनी youtube वर जाऊन एरोबिक्स शोधून काढलं. मग संध्याकाळी एरोबिक्स करायचेत. आणि एकटेच नाही करायचे सोबत आईला आणि बहिणीला, मला देखील करायला सांगायचे. मग आम्ही लॉकडाऊन मध्ये सहपरिवार सहकुटुंब एकत्र एरोबिक्स करायचो.

म्हणजे जसं लॉकडाऊन मध्ये सगळं बंद झालं. बाहेर जाणं बंद झालं. अशा वेळेला माझ्या बाबांनी बाहेर जाणं बंद झालं. मग त्याची रिप्लेसमेंट काय? तर एरोबिक्स.

||तात्पर्य||

खूप लोकांकडे बहाणे असतात. आता तर लोकडाऊन आहे. आता कसं शरीराची काळजी घेणार? शरीराची आणि मनाची काळजी घेण्यासाठी योगा होता आणि परत अजून बाहेर चालायला नाही मिळत होत. एरोबिक्स स्टार्ट केलं. म्हणजे इच्छा तिथे मार्ग असतेच.

तुमच्याकडे बऱ्याच लोकांकडे गोष्टी न करण्याची बरेच कारण असतील, पण इच्छा असेल तिथे मार्ग असतोच.

|| तात्पर्य:||

इथे माझे बाबा स्वतःहून काही नवीन गोष्टी जसं की श्वासाबद्दल गोष्ट किंवा सकारात्मक विचाराबद्दल किंवा त्यांच्या आवडी बद्दल एखादा सेमिनार, पुस्तक किंवा त्यांच्या प्रगतीबाबत काही गोष्टी असतील तर ते नक्कीच अटेंड करायचेत. या सगळ्या गोष्टी ते स्वतःहून शोधून काढायचे. हे देखील तितकंच महत्त्वाचं.

|| तात्पर्य||

त्यासाठी योग्य ती पुस्तक किंवा योग्य ते नॉलेज, योग्य ते ज्ञान, योग्य त्या लोकांकडून मिळवलं पाहिजे. मार्गदर्शक योग्य असावा. याची खात्री त्यांनी कायम बाळगली होती. त्यामुळे योग्य मार्गदर्शक आणि योग्य ज्ञान या दोन्हीही गोष्टी तेवढ्याच महत्त्वाच्या त्या पडताळून मगच ज्ञान घेतले पाहिजे.

Part 2:

माझे बाबा खूप आधीपासून शेअर मार्केट करायचे. जेव्हा बाबा शेअर मार्केट करायचे, तेव्हा बाबांचा त्याचा अभ्यास होता. त्यांनी खूप सारे शेअर मार्केटचे सेमिनार अटेंड केले होते.

शेअर मार्केट बद्दल जुन्या लोकांची चुकीची समजूत होती. ती म्हणजे अशी:

"शेअर मार्केट म्हणजे जुगार, लोभी माणसं."

तसं काही नसतं. त्याचा व्यवस्थित अभ्यास करावा लागतो. जुगार म्हणून त्याला बघू नका. त्याचे व्यवस्थित क्लासेस बाबांनी केले होते. त्यांचा व्यवस्थित अभ्यास होता.

एवढं सगळं शेअर मार्केट सांगण्याचा मुद्दा हाच हा कि, बाबा शेअर मार्केट मध्ये खूप तरबेज होते. इतर लोकांसारखं त्यांनी जुगार म्हणून कधीच या गोष्टीला पाहिल नाही. खूप हुशारीने व्यवस्थित अभ्यास केला. त्याबद्दल ज्ञान मिळवलं. मग त्यात ते उतरले. "आली लहर केला कहर", असं नव्हतं त्यांच.

सगळा व्यवस्थित अभ्यास केला. सुरक्षितता आहे. हे जाणवल्यावरच त्यांनी शेअर मार्केटच्या मैदानात उडी घेतली होती.

||तात्पर्यः||

कोणतीही गोष्ट करताना त्याच सर्वतोपरी ज्ञान घेणं गरजेचं आहे. याच उत्तम उदाहरण देण्यासाठी मी तुम्हाला शेअर मार्केटचा माझ्या बाबांचा अनुभव सांगितला. ते नियमितपणे सातत्याने शेअर मार्केट बाबत योग्य असे सेमिनार अटेंड करायचे. स्वतःच ज्ञान अपडेट करायचे. ही गोष्ट प्रत्येकाने आपल्या आयुष्यात करायला हवी. जी गोष्ट करायला जाल त्याचं नियमितपणे सातत्याने ज्ञान मिळवणं गरजेचं आहे. त्यामुळे तुम्ही काळानुसार प्रगती करत जाल. हे ज्ञानच तुम्हाला पुढे नेईल.

Part 3

घरात बनवलेला केक, त्याच्या डाव्या बाजूला एका स्टीलच्या मोठ्या तांब्या मध्ये पाणीपुरीचे तिखट पाणी, त्याच्या उजव्या बाजूला काचेच्या बाऊलमध्ये पाणीपुरीच गोड पाणी, त्याच्या उजव्या बाजूला एका ताटामध्ये पाणीपुरीच्या पुऱ्या, त्याच्या बाजूला एका बाऊलमध्ये मुगाचा रगडा, त्याच्या बाजूला एका बाऊलमध्ये उकडलेला बटाटा, त्याच्या बाजूला बुंदी आणि पाणीपुरीच्या पुऱ्यांच पाकीट असं एका एका बाऊलमध्ये हॉलमध्ये सर्वकाही मांडलं होतं.

प्रत्येकासाठी तिखट गोड पाण्यासाठी प्रत्येकी एक एक बाऊल आणि सोबत छोटीशी प्लेट पाणीपुरीची पुरी खाताना, सोबत एक रिकामी प्लेट केक साठी.

असं सगळं हॉलमध्ये आणून माझ्या बहिणीने आणि आईने ठेवलं होतं.

बाबाच्या लॉकडाऊन च्या वाढदिवसाचा हा बेत होता. पहिला स्ट्रीक्ट लॉकडाऊन मधला हा बर्थडे होता.

हे सगळं मांडून झाल्यानंतर माझी बहीण या सगळ्याचा फोटो काढत होती. बर्थडे सेलिब्रेशन करण्याआधी या सगळ्याचा फोटोसेशन करत होती.

बाबा: अगं आधी ते सर्व नीट मांड. ते व्यवस्थित लाव. प्रेझट तर नीट कर. प्रेझेंटेशन नीट असलं पाहिजे.

मग माझ्या बहिणीने केक डावीकडे ठेवला. त्याच्या उजवीकडे मध्यभागी रगडा ठेवला. तिखट पाणी, गोड पाणी, रगडा बटाटा, बुंदी रगडाच्या सभोवती ठेवलं.

अशाप्रकारे एकदम सुबकरीत्या पाणीपुरी आणि केक अरेंज केलं.

आता ती फोटो काढायला गेली.

बाबा: अगं थांब.

मग माझ्या बाबानी मध्यभागी ठेवलेला रगडा आणि त्याच्या भोवती ठेवलेल्या पाणीपुरीच्या गोष्टी मधलं अंतर थोडं वाढवलं. केक अजून थोडा डाव्या बाजूला सरकून ठेवला.

अस त्यांनी परत अजून व्यवस्थित लावलं.

बाबा:आत्ता फोटो काढ. आता कसं छान दिसतंय. कधीही लक्षात ठेव प्रेझेंटेशन नीट असलं पाहिजे.

|| तात्पर्य||

"प्रेझेंटेशन नीट असलं पाहिजे. "

कोणतीही गोष्ट असू दे बाबांचे हे वाक्य ठरलेलं होतं,

मग अगदी खाजगी असू दे किंवा व्यवसायिक गोष्ट असू दे. प्रत्येक बाबतीत त्यांना प्रेझेंटेशन नीटच लागायचं. त्यांचा हा डायलॉग मी लहानपणापासून ऐकत आले आहे.

त्यामुळे कोणतीही गोष्ट पूर्ण झाल्यावर,कोणतीही गोष्ट प्रेझेंट करताना बाबांचं हे वाक्य नेहमी आठवतं.

सांगण्याचा मुद्दा हा की तुम्ही देखील तुमच्या मुलांना अशा लहान लहान गोष्टींमधून शिकवण देऊ शकता. यश संपादन करताना, आपल्याकडची कला किंवा कोणतही क्षेत्र असू दे, त्याच्यामध्ये प्रेझेंटेशन किती महत्त्वाचं असतं.हे आपल्या सगळ्यांना माहीतच आहे. पावलोपावली ही गोष्ट माझे बाबा आमच्या मनात रुजू करत होते.

तुम्ही देखील अशा छोट्या छोट्या गोष्टी तुमच्या मुलांच्या यश संपादन करताना शिकवू शकता. लहान गोष्ट असली तरी खारीचा वाटा आहे. महत्त्वाची गोष्ट आहे.

फक्त वाद घालून अपमान करून गोष्टी सुटत नसतात. तर लहान लहान प्रसंगातून तुम्ही तुमच्या मुलांना असे संस्कार देऊ शकतात.

आपल्या रक्ताच पाणी करून फक्त ओरडून "असं वागू नका रे, आमची मुलं आमचं ऐकतच नाही" याचा पाढा वाचत राहिला, अशी नकार घंटा वाजवत राहाल.तर तसंच घडणार. (शेवटी आई-बाबांचे शब्द आहेत ते मुलांसाठी काम करतातच मग कोणते शब्द बोलायचे हे तुमच्यावर) त्याऐवजी अशा छोट्या छोट्या प्रसंगातून तुम्ही तुमच्या मुलांवर संस्कार आणि त्यांची प्रगती करू शकता.

धड्याचा सारांश:

आयुष्याच्या प्रत्येक टप्प्यावर ही ज्ञान मिळवण्याची वृत्ती प्रत्येकाकडे असली पाहिजे. मग ते ज्ञान शरीराच असो, मनाचा असो, तुमच्या आवडीचा असू दे किंवा इतर काही, तुमच्या करिअरचा असू दे, तुमच्या बिझनेसच असू दे, तुमच्या जॉबच असू दे, तुमच्या नात्यासंबंधी असू दे. वयाच्या आणि आयुष्याच्या प्रत्येक टप्प्यावर तुम्हाला ज्ञानासाठी स्वतःला कायम अपडेटेड ठेवलं पाहिजे.

ते नंतर पन्नाशी नंतर पण त्यांनी तसेच चालू ठेवलं. ही त्यांची ज्ञान मिळवण्याची सवय शेवटच्या श्वासापर्यंत होती. हा त्यांचा गुण मी लहानपणापासून बघत आली आहे.

थोडक्यात काय तर शेवटच्या श्वासापर्यंत आपण एक विद्यार्थी असतो. ही गोष्ट तुम्ही तुमच्या मुलांच्या मनात रोवली पाहिजे. योग्य ज्ञान हे नेहमी आपल्या मुलांनी घेतलं पाहिजे. जर सतत नियमितपणे असं केलं तर यश नक्कीच तुमच्या मुलांचं असेल.

तुम्ही मिळवलेल ज्ञान तुम्हाला व्यवस्थितपणे प्रेझेंट करता आले पाहिजे. मग ते खाजगी आयुष्यात असू दे किंवा व्यवसायिक आयुष्यात असू दे. यश संपादन करताना प्रेझेंट नीट करणे, ही खूप महत्त्वाची बाब तुमच्या मुलांमध्ये रुजू करणं, ही खूप महत्त्वाची गोष्ट आहे.

११. "जुन ते सोन" करताना ही गोष्ट तुम्हाला माहित असलीच पाहिजे

या चित्रात आपण पाहू शकतो की, बालपणी केलेल्या योग्य संस्कारांमुळे मुलांचे यशस्वी भवितव्य पाहायला मिळते.

या चित्रात आपण पाहू शकतो की, बालपणी केलेल्या अयोग्य संस्कारांमुळे मानसिक आजारास बळी पडतात.

मागच्या दोन धड्यावरून तुम्हाला कल्पना आलीच असेल. काळानुसार माझे बाबा हळूहळू बदलत होते. जसं की, नऊव्या धड्यात आपण पाहिलं कि, मी काही गोष्टी बाबांना सांगितल्या आणि ज्या आरोग्यासाठी चांगल्या होत्या, जे मी त्यांना जाणवून दिल्यावर त्यांनी ती गोष्ट त्यांच्या आयुष्यात सहभागी केली.

मागच्या धड्यात आपण हेही पाहिलं की, ते त्यांच्या आयुष्याच्या प्रत्येक टप्प्यावर ज्ञान मिळवत होते. त्यांच ज्ञान अपडेट करत गेलेत. त्यानुसार ते सेमिनार अटेंड करत होते. पुस्तक वाचत होते, युट्युब पाहत होते.

 # त्याच्या अजून एक पाऊल पुढे जाऊन मला पुढील गोष्टी आवर्जून सांगाव्याशा वाटतात:

विज्ञान ही प्रत्येक वेळेला नवीन गोष्ट घेऊन आली आहे. जीवनाच्या प्रत्येक टप्प्यावर विज्ञान प्रगती करत आहे. म्हणजे विज्ञान एक पाऊल पुढे असतं. पण प्रत्येकाला तो वैज्ञानिक बदल आपल्या आयुष्यात सहभागी करता येतोच असं नाही. म्हणजे बरीच लोकं असं म्हणतात, "आमच्या काळात बाबा असं नव्हतं. आम्ही या गोष्टीशिवाय जगत आलो आहोत. तेव्हा या गोष्टीं नव्हत्या. मग आता का आम्ही नवीन गोष्टी वापरू? आम्ही नाही बाबा हे करणार."

उदाहरण देऊन सांगते, म्हणजे मी काय बोलण्याचा प्रयत्न करते ते जास्त चांगल्या प्रकारे समजेल..

काही वर्षांपूर्वी बाबांना एका कंपनीच्या प्रोटीन बाबत कळलं आणि ते खरंच आपल्या आरोग्यासाठी उत्तम होतं. नक्कीच बाबांनी त्या प्रोटीन बाबत खात्री करून घेतली आणि ती प्रोटीनची पावडर दुधात घालून खाऊ लागले. त्यानुसार त्यांना काही महिन्यानंतर त्यांच्या शरीरामध्ये चांगले बदल देखील दिसून आलेत. माझ्या बाबांनी हे देखील चेक केलं होतं की, या प्रोटीन पासून काही साईड इफेक्ट नाही आहेत ना, ते देखील त्यांनी पडताळून पाहिलं होतं. त्यांना तसा कोणताच त्रास देखील नव्हता झाला होता.

या प्रोटीन बाबत

माझ्या बाबांनी, माझ्या चुलत काकांना सांगितलं. काका पण त्यांच्याच वयाचे होते. माझ्या बाबांनी काकाला या प्रोटीन बाबत स्वतःचा अनुभव सांगितला. परत त्याच्या मागचा विज्ञान सांगितलं. शारीरिक चांगले बदल सांगितले. म्हणजे प्रोटीन घेतल्यानंतर बाबांना जो फायदा झाला, तो त्यांनी काकाला सांगितला. खूप चांगल्या प्रकारे समजावून देखील सांगितलं.

तरी देखील काकांनी हे घेतलं नाही. त्याचं हे म्हणणं होतं की, "आमच्या काळी प्रोटीन वगैरे असं नव्हतं. तेव्हा आम्ही जगलोच ना प्रोटीन शिवाय आता काय गरज आहे. हे नवीन पिढीचं काहीतरी fad आहेत."

असं म्हणून त्यांनी ते स्वीकारलं नाही.

टिपणी: मी इथे कोणत्याही प्रॉडक्टच प्रमोशन नाही करत आहे.

हे सर्व सांगण्याचा माझा मुद्दा हा की: माझे बाबा विज्ञानानुसार त्यांच्या जीवनाच्या विविध टप्प्यांमध्ये बदलायला तयार होते.

पण त्यासोबतच बाकीची त्यांच्या वयाची लोक विज्ञानानुसार स्वतःच्या आयुष्यात बदल करायला सहजरीत्या तयार होत नाही. हा फरक जाणवून देत आहे.

||तात्पर्य:||

हेच मी बऱ्याच वयस्कर लोकांच बघितलं की, ते नवीन गोष्टी काळानुसार विज्ञानाच्या मागे जायला तयार नसतात. ते त्यांच्या काळातीलच ज्या गोष्टी असतील त्या पकडून ठेवतात. तुम्ही तुमची संस्कृती जपाच. त्यात वाद नाही. पण काळानुसार विज्ञानानुसार जर शरीराबद्दल, मनाबद्दल किंवा तुमच्या आवडी बद्दल ज्या काही नवीन प्रगतिशील वैज्ञानिक गोष्टी असतील. त्या अंगीकारण्यात काय हरकत आहे? जे माझ्या बाबांनी केलं, ते देखील विज्ञानाची साक्ष ठेवून.

क. आता पूर्वी आपल्याला बँकेत जाऊन रांग लावूनच आपली सर्वे बँकेची काम करावी लागत होती. पण आता एका मोबाईलच्या ॲपवर ती सगळी बँकेची काम होतात. आता तुम्हाला बँकेत जाऊन रांग लावून सर्व काम करण्याची गरज भासत नाही. ते सर्व मोबाईलच्या एका क्लिकवर होतं.

ख. अगदी तसेच खूप आधी आपले लाईट बिल, सगळी बिल भरायला आपल्याला ऑफिसमध्ये जाऊन भरावी लागत होती. आता तीच बिल आपण मोबाईलवर भरतो.

ग. अगदी सुरुवातीला बटन वाला मोबाइल

आला होता आणि आता टच स्क्रीन वाला मोबाइल आला.

या सगळ्या उदाहरणात आपण बदललोच ना विज्ञाननुसार? कारण गोष्टी सहज आणि सोप्या आणि फायदेशीर झाल्या आणि वेळही कमी लागतो.

अगदी तशाच इतर गोष्टीही जाणून घेऊन त्याचे विज्ञानासोबत पडताळणी करून अंगीकारण्यात काय हरकत आहे?

पण माझा असा अनुभव आहे की, जे जुने वयस्कर लोक असतात. ते काळानुसार विज्ञानानुसार नवीन गोष्टी ऐकून घ्यायला देखील तयार नसतात.

सांगायचा मुद्दा हा काळ, वय काही असू दे. जीवनाच्या प्रत्येक टप्प्यावर काळानुसार, विज्ञानानुसार तुमच्या आवडीच्या क्षेत्रासोबतच, तुमच्या शरीराच्या, मनाच्या क्षेत्रात देखील जर काही प्रगतिशील गोष्टी तुम्हाला समजत असतील, तर त्या वेळोवेळी अंगीकारण्याची गरज आहे. जसे माझे बाबा आयुष्याच्या प्रत्येक टप्प्यावर अशा गोष्टी अंगीकारत गेलेत .

माझे बाबा म्हातारपणीच नाही तर, वयाच्या प्रत्येक टप्प्यावर आयुष्याच्या विविध भागात विज्ञानानुसार बदलत गेले. त्यांनी काही नवीन गोष्टी अंगीकारल्यात.

एकदा ऐकून तर बघा. त्या मागचं विज्ञान समजून तर बघा. राहीला प्रश्न टेक्नॉलॉजीचा. तर हळूहळू तुम्हाला ती टेक्नॉलॉजी येऊन जाईल सहज सोप आहे. त्यामुळे

सहजता ही येईल. तुमचा वेळही वाचेल, शारीरिक, मानसिक प्रगती देखील होईल.

धड्याचा सारांश:

थोडक्यात जुण्यासोबत नव्याची साथ धरावी. पण ते करताना दोघांमधील विज्ञान मात्र नक्की जाणून घ्याव. तसं केलं तरच आपला सर्व बाजूने विकास होईल. आयुष्याच्या प्रत्येक टप्प्यावर विकास होईल.

मग ती कोणतीही गोष्ट असू. मग ते जुणी असो किंवा नवी असो. ते आपण का करत आहोत?? त्यामागचा विज्ञान काय आहे??हे नक्कीच जाणून घ्यावे.

"जुनं ते सोनं" ही म्हण जरी असली, पण आपण का करतो? त्या मागचा तत्वज्ञान काय आहे?कारण काय? हे नक्कीच जाणून घ्याव.

१२. मृत्यू बाबत या गोष्टी चुकूनही करू नका

या चित्रात आपण पाहू शकतो की, बालपणी केलेल्या योग्य संस्कारांमुळे मुलांचे यशस्वी भवितव्य पाहायला मिळते.

या चित्रात आपण पाहू शकतो की, बालपणी केलेल्या अयोग्य संस्कारांमुळे मानसिक आजारास बळी पडतात.

या धड्यापर्यंत, आपण, “कोणत्या गोष्टी केल्या पाहिजे”, ते बघत आलो आहोत.

म्हणजे:

- कोणत्या चांगल्या गोष्टी आपण बाबांच्या वागण्यातून, त्यांच्या आयुष्याचा विविध टप्प्यातून आपण अंगीकारू शकतो,
- आपल्या दैनंदिन जीवनात सहभागी करू शकतो, या गोष्टी आपण आतापर्यंत बघत आलो आहोत.

पण “काय गोष्टी केल्या पाहिजे” त्याच्या सोबतच “काय गोष्टी नाही केल्या पाहिजे” हे देखील आपल्याला माहीत असलं पाहिजे. “काय गोष्टी नाही केल्या पाहिजे”, हे जाणून घेणं देखील तितकंच महत्त्वाचं आहे.

तर काही बाबांच्या गोष्टी अशा होत्या, ज्या गोष्टी त्यांनी नव्हत्या करायला हव्या होत्या. त्या गोष्टी त्यांनी केल्या, कारण त्याला या गोष्टी माहित नव्हत्या.

त्यामध्ये तर एक गोष्ट अशी होती की, ज्यामुळे माझ्या बाबांनी त्यांचा जीव देखील गमावला.

त्यापासून आपण धडा घेऊ शकतो की, अशा गोष्टी आपण आपल्या आयुष्यात केल्या नाही पाहिजे.

ते काय होत, ते आपण आता या धड्यात बघू:

१) माझे बाबा नेहमी मस्करीत बोलायचे, "हे बघा डॉक्युमेंट मी या कपाटात इथे ठेवले आहेत. मला काय झालं, तर तुम्हाला माहित असायला पाहिजे म्हणून सांगतो."

अस हसत हसत मस्करीत सांगायचे.

जे काही महत्त्वाचे डॉक्युमेंट असतात. ते कुठे ठेवले आहेत. हे हे बाबा नेहमी आम्हाला मस्करीत सांगायचे.

असेही नव्हतं की, ते खूप आजारी होते. असंही नव्हतं की, त्यांना त्याच्या आजारांमुळे काय होईल याची भीती होती, असं देखील काहीही नव्हतं. तरी देखील बाबा त्यांच्या स्वतः च्या मरणाबाबत नेहमीच वारंवार मस्करी कारायचे.मस्करी करायचा त्यांचा स्वभाव होताच.मस्करी करुन खूप सहज विनोद करायचे ते.

|| तात्पर्य:||

मस्करीत किंवा चुकूनही आपल्या मरणाच्या गोष्टी कधीही करू नये. कारण शब्दांची ताकद तर माहितीच आहे.

तुमच्यापैकी बऱ्याच लोकांना वाटेल की, “फक्त बोलल्यामुळे थोडी मरणार.” तर आपल्या शब्दांमध्ये एवढी ताकद असते की ते आपलं वास्तव बनते. शब्दा मागच विज्ञान थोडक्यात बघूया:

क) त्या गोष्टी सबकॉन्शिअस माईंड मध्ये जातात.

ख) जरी तुम्ही मस्करीत बोलत असला तरी तुमच्या मेंदूलाही ते खरं वाटू लागतं. मेंदू ते वास्तवात घडवून आणतो.

ग) सतत सारखी सारखी तिच गोष्ट बोलल्यामुळे इथे पुनरावृत्तीचा सिद्धांत देखील लागू पडतो. सतत केलेल्या पुनरावृत्तीमुळे देखील ती गोष्ट वास्तवात घडण्यास मदतच होते.

अशा या तीन वैज्ञानिक कारणांमुळे त्या गोष्टी तुमच्या आयुष्यात घडून येतात. शब्दा मागचे विज्ञान मी या आधीच्या पुस्तकात म्हणजेच “पैसा आणि श्रीमंती” आणि “प्रारंभ” अधिक माहिती सहीत सांगितलं आहे. तर ते तुम्ही नक्की वाचा.

२) काही वर्षांपूर्वी आम्ही घर रिनोवेट केलं होतं. तेव्हा माझ्या बाबांनी आमच्या बाथरूम मध्ये इंग्लिश टॉयलेट

बसवून घेतलं होतं. का बरं घेतलं असेल? ? त्यांना विचारलं, तर ते म्हणाले, “म्हातारपणी भारतीय टॉयलेटमध्ये खाली बसता नाही आल तर मग त्याची सोय आत्ताच करून ठेवतो.”

३) कधी कधी आमच काही बोलणं चालू असेल, गप्पा चालू असतील, तेव्हा बाबा असच मस्करीत बोलायचे की, “मी मेलो की कळेल. “

|| **तात्पर्य**:||

१) कधीही चुकूनही स्वतःच्या किंवा इतरांच्या मरणाबद्दल बोलू नये.

किंवा

मरणाबद्दल मस्करीतही गप्पा मारू नये.

(acknowdgement: ही गोष्ट मला एप्पल रितोरिया हिच्याकडून कळली.)

माझ्या या आधीच्या दोन्ही पुस्तकांमध्ये “ पैसा आणि श्रीमंती”, “प्रारंभ” शब्दांची ताकद काय आहे, ते आपण पाहिलेच आहे.

तुम्ही मरणाबद्दल जरी मस्करीत बोललात.तरी तुम्ही युनिव्हर्स मध्ये तुमच्या मरणाची फ्रिक्वेन्सी पाठवत आहात. ब्रह्मांडांचा सिद्धांत आपण पाहिलाच आहे.

जे आपण ब्रम्हांडात पाठवू ते आपल्याकडे तीन पट परत येत.

जसा गुरुत्वाकर्षणाचा सिद्धांत असतो.एखादी गोष्ट वरून टाकली, तर ती खाली पडणारच.मग तुम्ही गुरुत्वाकर्षणाचा सिद्धांत माना किंवा नका मानू. हा गुरुत्वाकर्षणाचा सिद्धांत काम करणारच.

तसेच ब्रम्हांडाचा देखील एक सिद्धांत आहे. म्हणतात ना तुमचे कर्म जसे असतील, तसे तुम्हाला फळ मिळत जातील.

तसेच तुम्ही जे ब्रम्हांडात पाठवाल ते तुम्हाला तीन पट परत येतं.

- ब्रम्हांडात आपण एखादी गोष्ट कशी पाठवतो?

- बोलून,
- वागून,
- एखादा व्हिडिओ पाहून,
- एखादा फोटो पाहून.
- जी भावना व्यक्त कराल ती भावना तुम्हाला तीन पट परत मिळेल. उदाहरणार्थ तुम्ही जर राग व्यक्त केला तर तशीच तीन पट रागाचे व्यक्ती आणि प्रसंग तुमच्या आयुष्यात घडतील.

अजून सोप्या भाषेत सांगायचं झालं, तर आपल्या जिभेवर सरस्वती असते.

म्हणूनच जुनी लोक बोलत आली आहेत की "**शुभ बोल नाऱ्या**".

"**वास्तु तथास्तु**" असे म्हणते. त्यामुळे तुमच्या तोंडातून काय शब्द निघत आहेत याकडे लक्ष द्या.

त्यामुळे जरी मस्करीत बोलला, तरी तुमच्या तोंडून ते शब्द बाहेर पडले, ती फ्रिक्वेन्सी युनिव्हर्स मध्ये गेली आणि ते तीन पट तुमच्याकडे परत येणार. त्यामुळे तुमची शारीरिक आणि मानसिक स्थिती अशी बनत जाईल की, त्यामुळे तुम्ही मरणाच्या दाराच्या जवळ जाऊन पोहचाल.

जी चूक माझ्या बाबांनी केली. ते सारखे मस्करीत त्यांच्या मरणाबद्दल बोलायचे. तेव्हा आम्हाला शब्दांची ताकद, शब्दा मागचं विज्ञान माहित नव्हतं. आणि विज्ञानानुसार शब्दाची जी ताकद आहे, त्यानुसार बाबांचे हे शब्द जे मरणाबाबत होते. त्यांच्या अचानक मृत्यूला हे एक महत्त्वाचं कारण राहिलं आहे.

खूप म्हाताऱ्या लोकांना सवय असते की, त्यांच्या आजारपणाच्या गप्पा सोबतच मरणाच्या गप्पा मारण. तेव्हा चुकूनही असं करू नका. तुम्ही स्वतः च तुमच्या अयोग्य शब्दाच्या वापरामुळे, तुमची शारीरिक आणि

मानसिक परिस्थिती बिघडवत आहात. तुमच आजारपण वाढवत आहात.

२) "म्हातारपण म्हणजे आजारपण" चिकटलेलाच असतं". हे आपण सर्वच लहानपणापासूनच ऐकत आलेलो आहोत. जे विज्ञानाने अगदी चुकीचं ठरवलेलं आहे. कारण विज्ञान इतकं पुढे गेलं आहे की,

- ते आता तुम्हाला अनुवंशिक आजार देखील होऊ देत नाही.
- तुमच्या आधीच्या पिढीला किंवा आई बाबांच्या पिढीला तेवढ विज्ञान विकसित नव्हतं, जेवढं आता आहे.
- अनेक रोगांचे उपचार देखील अवेलेबल आहेत. प्रतिबंधात्मक उपाय देखील आहे.

त्यासोबतच "द पॉवर ऑफ सबकॉन्शिअस माईंड" या पुस्तकांमध्ये दिल आहे की, बरेच लोक आहेत. ज्यांनी वयाच्या 68 व्या वर्षी, 88 वर्षी त्यांच्या आयुष्यात काही नवीन गोष्टी करायला सुरुवात केली. वादन, नृत्य शिकायला सुरुवात केली.

KFC ज्याने सुरू केलं, त्याने तर त्याच्या वयाच्या 65 व्या वर्षी KFC सुरू केलं.

काही मोठमोठे सर्जन वयाच्या 90 व्या, 100 व्या वर्षी देखील काम करत होती. याची अशी खूप असंख्य उदाहरण आहेत. 120 वर्षापर्यंत लोक जगतात. त्यांच्या जगण्याचं रहस्य त्यांनी हे सांगितलं होतं की, "ते आला क्षण आनंदाने जगत होते."

ही लोकं पण म्हातारी आहेत. यांच्यात कुठून आली एवढी स्फूर्ती?? की ते नवीन गोष्टी शिकायला जातात. त्यावर तरबेजही होतात. त्यांचं जे करियर आहे ते म्हातारपणी देखील आवडीने करतात. जसं त्या सर्जनच उदाहरण दिलं. ज्या बाईची नोंद सर्वाधिक वयाची केली. ती त्या वयात देखील खूप सुंदर दिसत होती. त्याच राज त्यांनी हेच सांगितलं कि, "ती प्रत्येक क्षण पश्चतापाशिवाय, आनंदाने जगते."

जर हे लोकं एवढ्या म्हातारपणी आनंदाने जगू शकतात आणि पूर्णपणे सुद्दढरित्या जगू शकतात. आणि नवीन गोष्टी शिकण्याची तयारी दाखवून त्यावर तरबेज होऊ शकतात. जर त्यांना शक्य आहे. तर तुम्हाला देखील हे शक्य आहे.

त्यांना नव्हती का गुडघेदुखी? आपल्याकडे म्हटलं जातं, "म्हातारपण म्हणजे गुडघेदुखी आहेच." पण त्याही पलीकडे हे का नाही म्हणत की, "विज्ञान इतका पुढे गेले आहे. तर शारीरिक आणि मानसिकरित्या म्हातारवयात देखील सुद्दढ राहता येतं.

जर एवढ्या म्हाताऱ्या वयात जर लोक त्यांची प्रगती करतात. जर त्यांना शक्य आहे, तर आम्हाला देखील शक्य आहे. "अशी विचारसरणी बनवून तर बघा. या विचारसरणीवर विश्वास तर ठेवून बघा.

बर्याच लोकांना "आपल्या म्हातारपणी आजारी पडू", याची त्यांना खात्रीच असते. त्यामुळे ते हमखास आजारी पडतात.

 # त्यांच्यात आणि तुमच्यात काय फरक आहे माहित आहे?

- त्यांचा या गोष्टीवर विश्वास आहे की विज्ञान इतका पुढे गेला आहे की ते म्हातारपणात देखील सुदृढ राहू शकतात.
- त्यांनी आनंदाने पश्चातापाशिवाय जगायचे ठरवले आहे.
- त्यांचा ठाम विश्वास आहे की, ते म्हातारपणी देखील सुदृढ राहू शकतात.
- म्हातारपणी ते आजारपणाच्या गप्पा मारण्याऐवजी त्यांच्यात जे गुण आहे त्या दिशेला निस्वार्थ भावाने, आनंदाने काम करत आहेत.

तुमच्या म्हातारपणाबद्दल तुमची विचारसरणी बदलून तर बघा आणि खात्री बाळगा की, तुमच्या म्हातारपणी तुम्ही शारीरिक आणि मानसिक दृष्ट्या सुदृढ असणारच आणि मग तुमचं आयुष्य निस्वार्थ भावाने आनंदाने जगून तर बघा.

म्हातारपण आणि आजारपण ही संकल्पना आता बदलण्याची वेळ आली आहे.

म्हातारपण म्हणजे "सुदृढ शारीरिक आणि मानसिक आयुष्य, आनंदी आयुष्य", हे बोलण्याची आता वेळ आली आहे. कारण विज्ञान तेवढ पुढे गेला आहे.

शेवटी हा सगळा शब्दांचा खेळ आहे. तुम्ही म्हातारपणाला जर आजारपण जोडलात, तर तुमच्या सततच्या बोलल्यामुळे सततच्या या विश्वासामुळे तुम्ही नक्की आजारी पडाल.

पण म्हातारपणाला तुम्ही सुदृढ शरीर आणि मन जोडाल. तर तुम्ही नक्कीच सुदृढ राहाल.

पर्याय तुमचा. निवड तुमची. आता तुम्ही म्हातारपणाला काय जोडता हे तुमचं तुम्ही ठरवा. (आणि हो याला विज्ञान साक्ष आहे बर का.)

माझ्या बाबांनी चुकीच्या शब्दांमुळे त्यांचा जीव गमावला. जर चुकीच्या शब्दामुळे जीव जाऊ शकतो. तर योग्य शब्दांमुळे शरीर आणि मन सुदृढ राहू शकते. याला विज्ञानाची साक्ष आहे.

१३. निसर्ग नियम

या चित्रात आपण पाहू शकतो की, बालपणी केलेल्या योग्य संस्कारांमुळे मुलांचे यशस्वी भवितव्य पाहायला मिळते.

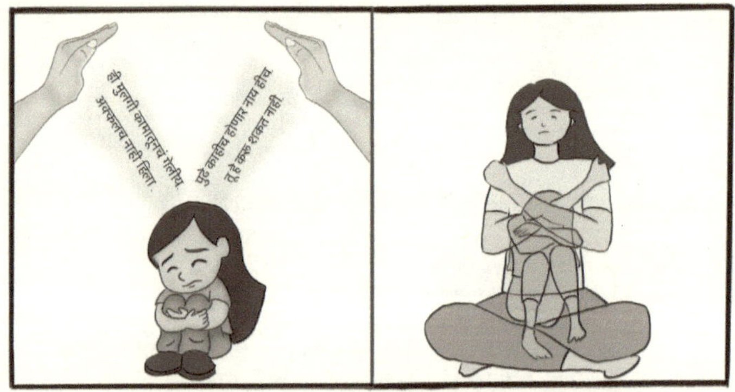

या चित्रात आपण पाहू शकतो की, बालपणी केलेल्या अयोग्य संस्कारांमुळे मानसिक आजारास बळी पडतात.

"निसर्गाच्या विरुद्ध जाऊ नकोस." असे माझे बाबा नेहमी सांगायचे.

"निसर्गाच्या विरुद्ध जाणे", म्हणजे जे आता बरेच लोक करतात, ते म्हणजे उशिरा पर्यंत रात्री जागरण आणि सकाळी उशिरा उठणे.

हे त्यापैकीच एक उदाहरण आहे.

"रात्री लवकर नीजे
सकाळी लवकर उठे
त्यासी धन संपदा लाभे."

माझे बाबा स्वत: हे फॉलो करायचे. रात्री अकरा पर्यंत ते झोपायचे. सकाळी लवकर पाच सहा पर्यंत उठायचे.

नंतर शेवटी शेवटी त्यांना हेही कळलं होतं की, निसर्ग नियमानुसार सूर्यास्ताआधी रात्रीचे जेवले पाहिजे. हे शरीरासाठी अगदी उत्तम असते.

हे ऐकल्यावर त्यांनी आईला "लवकर जेवण करायला", सांगितलं होतं. हा दिनक्रम सुरू करणारच होतो. त्याच्या आधीच ते देवा घरी गेले.

|| **तात्पर्य**:||

खूप लहानपणापासून मी ऐकत आले आहे की, "निसर्गा नियमानुसार वागत जा.निसर्गाच्या विरुद्ध जाऊ नकोस."

त्या मागचं विज्ञान आता मला हल्ली कळलं. सूर्य जसा आपला डोक्यावर असतो. त्यानुसार आपल्याला जेवायचं असतं. सूर्यास्ताच्या आधी आपण जेवलो, तर आपल जेवण पचायला दोन-तीन तास लागतात. जर समजा तुम्ही सात वाजता जेवलात. दोन तीन तास पचनासाठी लागले. दहा वाजता जर तुम्ही झोपलात. तुमच्या शरीराचे जे आजारपण असेल, जे दुखणं असेल ते रिपेअर करायला आता तुमच्या शरीराला वेळ मिळतो. नाहीतर तुम्ही रात्री उशिरा झोपला तर तुमचं तुमचं शरीर हे तुमचं अन्न पचवण्यामध्येच बिझी राहतं आणि मग त्याला तुमचं शरीर रिपेअर करायला वेळच मिळत नाही.

acknowledgement: dr. jenika

१४. मना बद्दलचे हे विज्ञान प्रत्येकाला माहीत असले पाहिजेत

या चित्रात आपण पाहू शकतो की, बालपणी केलेल्या योग्य संस्कारांमुळे मुलांचे यशस्वी भवितव्य पाहायला मिळते.

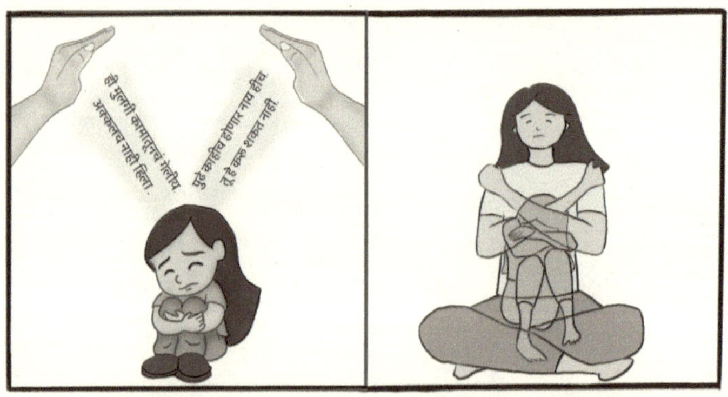

या चित्रात आपण पाहू शकतो की, बालपणी केलेल्या अयोग्य संस्कारांमुळे मानसिक आजारास बळी पडतात.

(१)

मी खूप लहान होते. आठवत नाही किती लहान होते. शाळेत असेल. मला एकदा सकाळी लवकर उठायचं होतं.

तेव्हा सकाळी कसं लवकर उठायचं, याबद्दल मला माझ्या बाबांनी एक आयडिया सांगितली . . बाबांनी मला विचारलं, “किती वाजता उठायचे तुला?“ मी बोलले “सहा वाजता”

बाबा मला बोलले रात्री झोपताना असं बोलत बोलत झोपून जा “हे मना मला सकाळी सहा वाजता उठव.”

त्या रात्री मी अलार्म लावला नाही.

बाबांनी मला जसं सांगितलं तसं रात्री झोपताना मी हे मनात बोलता-बोलता झोपून गेली की, **“हे मना, मला सकाळी सहा वाजता उठव. हे मना मला सकाळी सहा वाजता उठव**.“

आणि सकाळी काय गंमत. मला बरोबर सकाळी सहा वाजता जाग आली.

मी तेव्हा लहान होते, तेव्हा मी बाबांना विचारलं नव्हतं की, त्यांना हे कुठून कळलं. कसं कळलं. तेव्हा मला त्यांना विचारायचं सुचलं नाही.पण मी हे करून नक्की पाहिलं.

माहित नाही त्यांना या मागच विज्ञान माहीत होतं का? यामागचं खोल माहिती होती का. कदाचित नसेल माहिती...

|| **तात्पर्य**:||

कळत नकळतपणे बाबा मनाची ताकद म्हणजेच सबकॉन्शिअस माईंडची ताकद वापरत होते.

“द पावर ऑफ सबकॉन्शिअस माइंड” या “जोसेफ मर्फीच्या” पुस्तकामध्ये यामागचा विज्ञान दिलं आहे.

क. जेव्हा आपण रात्री झोपतो. आपण झोपायला जातो. त्याच्या अगदी सुरुवातीला आपल्या सबकॉन्शिअस

माइंडचे दरवाजे ओपन होतात. तुम्हाला एखाद्या गोष्टीबद्दल गोंधळ(confusion)असेल की, हा पर्याय निवडू की दुसरा पर्याय निवडू. अशा वेळेला रात्री झोपताना तुमच्या सबकॉन्शिअस माइंडला विचारून झोपा की या दोघांपैकी कोणता पर्याय निवडू? हा पर्याय की, तो पर्याय निवडू? तुम्हाला लवकरच त्याबाबत उत्तर मिळेल आणि याला विज्ञान साक्ष आहे. ही काही अंधश्रद्धा नाही.

ख. किंवा तुम्हाला एखाद्या गोष्टीबद्दल प्रश्न असेल. तो प्रश्न रात्री झोपताना विचारून झोपा. उदाहरणार्थ एखाद्या परिस्थितीमध्ये तुम्हाला मार्ग दिसत नसेल. तर त्या परिस्थिती मध्ये काय करू? हे विचारत विचारत झोपून जा. तुमचं सबकॉन्शिअस माईंड तुम्हाला उत्तर नक्की देत.

याबाबत जास्त माहितीसाठी तुम्ही हे “द पावर ऑफ सबकॉन्शिअस माइंड” पुस्तक वाचू शकता.

(२)

आई बाबा आजीला भेटायला गेले होते. तिथून येताना बाबा आईला बोलले की,

बाबा: बोल मी सर्व आहे

आई: मी सर्व आहे

बाबा: मी पूर्ण आहे

आई: मी पूर्ण आहे

बाबा: मी शक्तिशाली आहे

आई: मी शक्तिशाली आहे

बाबा: मी सुदृढ आहे

आई: मी सुदृढ आहे

बाबा आईकडून या स्वयंसूचना बोलून घेत होते. या स्वयंसूचना कुठे ऐकल्या. हे आपण फ्लॅशबॅक मध्ये पाहूया. (या स्वयं सूचना बाबा स्वतःसाठी बोलत होते आणि आई स्वतःसाठी बोलत होती. या स्वयं सूचना प्रत्येकाने स्वतःसाठी द्यायचा असतात.)

flashback:

मी कॉलेजला होते. तेव्हा माझ्या बहिणीच्या शाळेमध्ये ब्रह्मविद्याचे क्लासेस होते.

मला आठवते, मी, आई-बाबा आम्ही तिघेही दर आठवड्याच्या शनिवार रविवारी या क्लासेस मध्ये जायचो.

तो कोर्स आम्ही पूर्ण केला होता. त्या कोर्सच्या प्रत्येक क्लासमध्ये नोट्स द्यायचे. नोट्स मध्ये या स्वयं सूचना होत्या.

“मी सर्व आहे.

मी पूर्ण आहे.

मी शक्तिशाली आहे.

मी तेजस्वी आहे.

मी आनंदी आहे.

मी सुदृढ आहे.

मी भाग्यशाली आहे.

मी बलवान आहे.

मी धनवान आहे.

मी आरोग्य संपन्न आहे”

(acknowledge: ब्रह्मकुमारी. मला माझ्या बाबांच्या आयुष्यातील ही आठवण सांगायची होती. म्हणून ब्रह्मकुमारी मधील स्वयं सूचनेचा विषय निघाला.तेव्हा स्वयंसूचना मला इथे द्याव्या लागल्या.)

ह्या स्वयं सूचना बाबा रोज बोलायचे.

आणि आईकडूनही या स्वयं सूचना आईसाठी बोलून घ्यायचे.

म्हणजे समजा ते कधीही स्टेशनला कुठे ही कामासाठी वगैरे बाहेर गेले असतील, आणि त्यांच्यासोबत आईही असेल, तर ऑन द वे जाताना बाबा स्वयं सूचना बोलायला सुरुवात करायचे आणि आईला बोलायचे कि, “तू पण माझ्या मागे बोल.”

अस एक एक करून दोघेही आपापल्यासाठी त्या स्वयंसूचना बोलायचे.

|| तात्पर्य १:||

बाबांचा हा गुण मात्र माझ्यात आला. मला काही ज्ञानाच्या गोष्टी कळल्या. उदाहरणार्थ मी जर एखाद पुस्तक वाचलं आणि त्याबद्दल मला काही ज्ञान मिळालं. तर मी माझ्या परिवारातील लोकांना शिकवते आणि त्यांना वेळोवेळी करायला आठवण देखील करते.

याला म्हणतात स्वतः सोबतच, परिवारातील इतरांची देखील मानसिकरित्या प्रगती करणे.

असं तुम्ही देखील तुमच्या घरातील मुलांना नियमितपणे चांगल्या स्वयं सूचना बोलून घेऊ शकतात.

- या स्वयंसूचने मागच विज्ञान हेच आहे कि, जेव्हा तुम्ही अशा स्वयं सूचना नियमितपणे देता, तेव्हा त्या तुमच्या सबकॉन्शिअस माईंडमध्ये जातात. विज्ञानानुसार तुमचं सबकॉन्शिअस माईंड तशा गोष्टी घडवून आणतं.

• हा पण हे बोलताना

भावनेने (अगदी मनापासून), वर्तमान काळात/ चालू वर्तमान काळात बोललं पाहिजे.

• फक्त आपल्या मुलांना ओरडत बसून उपयोग नाही. तर

"हे करू नको,

"असं वागू नको.",

"सतत फोन वापरू नको"

बरेच आई बाबा मुलांना "हे करू नको", सांगतात. पण "काय करायला हव?" हे सांगायला मात्र विसरतात. तर तुम्ही पण माझ्या बाबांनी केलं तसंच तुमच्या मुलांसोबत एक खेळू शकता. खेळ म्हणून दररोज या स्वयं सूचना तुमच्या मुलांकडून बोलून घ्या. त्यांच्या वयानुसार त्यांना यामागचा विज्ञान समजवा. याला अवघे पाच मिनिटे लागतात आणि हा तुमचा कॉलिटी वेळ देखील असेल. त्यातून तुमची मुलं मानसिकरित्या सक्षम देखील होतील.

काय म्हणता मग, पाच मिनिटं तुमच्या मुलांसोबत हे करून तर बघा.

माझं हे पुस्तक फक्त वाचू नका, तर गोष्टी वापरायला सुरू करा.

|| तात्पर्य दोन:||

या स्वयंसूचना बोलताना एक चूक बाबा कडून होत होती. पण त्याला चूक नाही म्हणता येणार, कारण ही गोष्ट त्यांना माहित नव्हती . आणि माहित नव्हत. म्हणून ते करायच राहून जात होत.

या स्वयंसूचना देताना "भावना" या तितक्यात महत्त्वाच्या आहेत. स्वयं सूचना देताना त्या भावनेने बोलायला हवं. हे मात्र बाबांना माहीत नव्हतं. त्यामुळे स्वयं सूचना बोलताना बाबा भावनेने नाही बोलायचे.

त्यामुळे कायम लक्षात ठेवा, असे स्वयं सूचना देताना भावनेने द्या. मग अजून फायदेशीर ठरेल.

(३)

त्यानंतर काही वर्षांनी बाबांना वामनराव पै यांच्या बद्दल कळलं. त्यांच्या सकारात्मक विचारांबद्दल कळलं. वामनराव पै यांचे विचार हे विज्ञानाला धरून होते. त्यांनी त्यांच्या व्याख्यानांमध्ये विचारांची ताकद दाखवून दिली आहे. त्यांच्या व्याख्यानामध्ये देखील जोसेफ मर्फी यांचं नाव ऐकलं आहे.

वामनराव पै देखील सबकॉन्शस माइंडच्या ताकदीबद्दल त्यांच्या व्याख्यानात बोलताना दिसून आले आहेत. सबकॉन्शस माइंडची ताकद लक्षात घेता. त्यांनी एक विश्वप्रार्थना बनवली आहे. ज्यात तुमचं आयुष्याचा प्रत्येक टप्पा कव्हर होतो. जसं तुमच आरोग्य, पैसा,

टॅलेंट, आनंद, नाती हे सर्व एकाच प्रार्थनेमध्ये चांगल्या शब्दात त्यांनी मांडल आहे.

विश्वप्रार्थना:

"हे ईश्वरा सर्वांना चांगली बुद्धी दे

आरोग्य दे, सर्वांना सुखात, आनंदात, ऐश्वर्यात ठेव, सर्वांचं भलं कर, कल्याण कर, रक्षण कर

आणि तुझे गोड नाव मुखात अखंड राहू दे"

बाबा वामनराव पै यांच पुढील वाक्य नेहमी आम्हाला सांगायचे:

"विचार बदला म्हणजे परिस्थिती नक्की बदलेल."

कारण कोणतीही वाईट परिस्थिती आली की, आपण पहिले चिंता करतो, परिस्थिती अजून किती वाईट होईल याचे विचार करतो. तर या वाक्यातील "विचार बदला" म्हणजे नकारात्मक विचार बदलून "अजून ती परिस्थिती कशी सुधारू शकतो" हे विचार करा. हा या एका वाक्याचा खूप मोठा अर्थ आहे. आपल्याला कोणत्याही परिस्थितीत आत्मविश्वासाने सामोरे जायला हे वाक्य उपयोगी पडत.

अजून एक वामनराव पै यांच्या व्याख्यानातील बाबांचा आवडत वाक्य होत.

"तूच आहे तुझ्या जीवनाचा शिल्पकार"

म्हणजे आपल्या मनाची, विचारांची, भावनांची, सबकॉन्शिअस माईंडची एवढी ताकद असते, की आपण आपल्याला हवं ते निर्माण करू शकतो आणि याला विज्ञान देखील तेवढाच साक्ष आहे.

मनाच्या ताकदीबद्दल अधिक खोलात माहिती हवी असेल, तर माझ या आधीच पुस्तक "प्रारंभ" हे नक्की वाचा.

(४)

बाबा: " **बोल मी करोडपती आहे"**

हे बोलताना बाबांच्या चेहऱ्यावर एवढा आनंद असायचा कि, ते जणू करोडपती झाले आहेत. तो आनंद, ती उत्सुकता त्यांच्या चेहऱ्यावर दिसायची.

बाबा जेव्हा शेअर मार्केट करायचे. तेव्हा आईला असं नेहमी बोलायचे. यात ते लोभी नव्हते. तर त्यांचा स्वतःवर आणि स्वतःच्या शेअर मार्केटच्या अभ्यासावर विश्वास दिसून येत होता. तेवढे ते त्यात तरबेज झाले होते. तेवढा फायदा ते मिळवत होते.

हे सर्व सांगण्याचा मुद्दा हाच की, ते कळत नकळतपणे शब्दांची ताकद वापरत होते.

ज्या अर्थी ते स्वतःला करोडपती म्हणत होते. त्या अर्थी त्यांची खात्री दिसत होती. अजून काही काळानंतर नक्कीच ते करोडपती झाले असते.

शब्दाच्या ताकदीच विज्ञान सांगतं कि, तुम्ही जे सतत भावनेने बोलाल. त्या गोष्टी तुमच्या सोबत घडतात. म्हणूनच तुम्ही तुमच्या आयुष्याचा निर्माता आहात.

हे विज्ञानासोबत डॉक्टर जो डिस्पेंझा यांनी देखील सिद्ध केले आहे.

१५. म्हातारपणात तुम्ही असे चुकीचे जगत असाल तर थांबा

या चित्रात आपण पाहू शकतो की, बालपणी केलेल्या योग्य संस्कारांमुळे मुलांचे यशस्वी भवितव्य पाहायला मिळते.

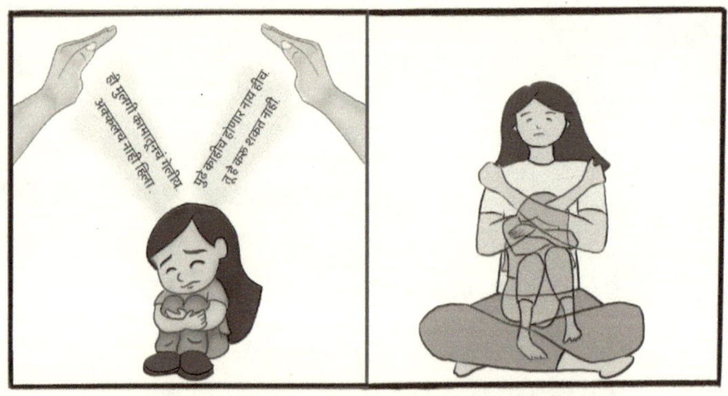

या चित्रात आपण पाहू शकतो की, बालपणी केलेल्या अयोग्य संस्कारांमुळे मानसिक आजारास बळी पडतात.

- जेव्हा इतर वयाचे म्हातारी लोक त्यांच्या आजारपणाच्या गप्पा मारण्यात व्यस्त होते. तेव्हा माझे बाबा मात्र
    - सकाळी लवकर उठून योगा करून,
    - गार्डनमध्ये चालायला जाऊन,
    - प्राणायाम करून,
    - संध्याकाळी एरोबिक्स करून आपले शरीर आणि मन सुदृढ करण्यात व्यस्त होते.

- जेव्हा इतर वयाचे म्हातारी लोक जेव्हा त्यांच्या गुडघेदुखीच्या गप्पा मारायचे, तेव्हा माझे बाबा पिकनिक करण्यात बिझी होते.

- जेव्हा इतर वयाचे म्हातारी लोक त्यांच्या खाजगी आयुष्यातील नातेवाईकांबद्दल तक्रार करण्यात व्यस्त

होते, तेव्हा माझे बाबा वामनराव पै यांचे सकारात्मक विचार ऐकून स्वतःला मानसिकरित्या सुदृढ करत होते.

- जेव्हा इतर वयाचे म्हातारी लोक रिटायरमेंट नंतर कंटाळत त्यांच आयुष्य जगत असताना, माझे बाबा त्यांच्या आवडीच्या विषयांमध्ये (शेअर मार्केट) तरबेज होण्यात आणि त्यामध्ये ज्ञान मिळवण्यात व्यस्त होते.

- जेव्हा इतर वयाचे म्हातारी लोक त्यांच्या आयुष्यातील नकारघंटेचा पाढा सतत वाचून दाखवून, शारीरिक व मानसिक आजारास बळी पडत होते. तेव्हा माझे बाबा शरीरासाठी योग्य अशा सवयी दिनक्रमात सातत्याने करताना आढळलेत.

जसं की:

रात्री लवकर झोपायचे व सकाळी लवकर उठायचे.

(शेवटी शेवटी तर सूर्यास्ता

आधी जेवणा बद्दल पण त्यांनी विचार केला होता.)

या सवयीमुळे त्यांचे शरीर व मन सुदृढ होत होते.

- माझे बाबा कधीच इतर वयाच्या म्हाताऱ्या लोकांसारखे आजाराबद्दल गप्पा नाही मारायचे.

- माझे बाबा कधीच नकार घंटेचा पाढा नाही वाचायचे. **“जिथे प्रश्न असतील, तिथे उत्तर नक्कीच सापडेल”**,

असा त्यांचा ठाम विश्वास होता आणि ते कोणत्याही परिस्थितीत उपायच शोधायचे.

- ते कधीच रडत नाही बसायचे.
- उलट नेहमी मस्करी करायचे.
- या वयात देखील ते खूप एनर्जीटीक होते.

मला आठवत. आम्ही जेवायला जमिनीवर मांडी घालून बसायचो. तेव्हा जेवून झाल्यावर बाबा जेव्हा कशाचाही आधार न घेता उभे राहायचे. “बघ मी कसा आधार न घेता डायरेक्ट उभा राहतो.”

त्यांना असं म्हणायचं होतं, म्हातारपणात जेव्हा लोक जमिनीवर खाली बसल्यावर उभे राहताना कशाचा तरी आधार घेऊन वर उभे राहतात. पण ते आधाराशिवाय उभे राहिले, असं त्यांना म्हणायचं होतं.

|| **तात्पर्य**:||

म्हातारपणात असंही उत्तमरीत्या जगता येत. याच जिवंत उदाहरण म्हणजे माझे बाबा.

म्हातारपणी देखील आनंदाने सुखात मजेत जीवन जगता येतं.

- का सतत तुम्ही तुमच्या आजारपणाचा पाढा वाचतात?
- का सतत तुम्ही तक्रारीचा पाढा वाचतात?

त्याऐवजी:

- तुम्ही तुमच शरीर मन सुदृढ करण्यासाठी विविध उत्तम गोष्टी करू शकतात.
- आवडीच्या गोष्टी करण्यात तुम्ही तुमचं मन गुंतवू शकतात.

१६. कितीही यशस्वी झाला तरी ही गोष्ट तुमच्याकडे असलीच पाहिजे

या चित्रात आपण पाहू शकतो की, बालपणी केलेल्या योग्य संस्कारांमुळे मुलांचे यशस्वी भवितव्य पाहायला मिळते.

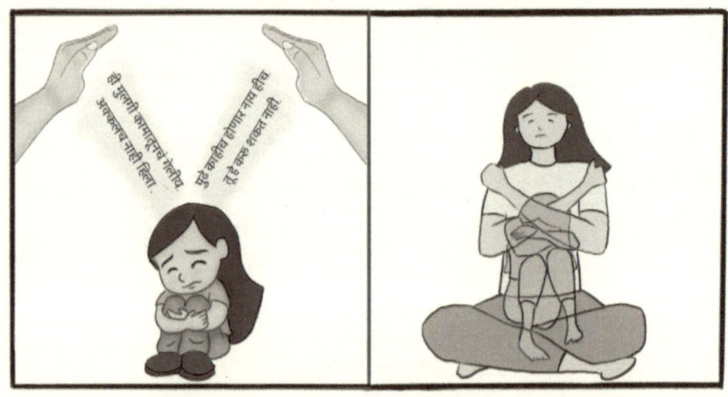

या चित्रात आपण पाहू शकतो की, बालपणी केलेल्या अयोग्य संस्कारांमुळे मानसिक आजारास बळी पडतात.

चव्हाण काका: "किशोर वंजारे" पण MTNL मध्ये आहेत ना...

परब काका: हो आहेत.

चव्हाण काका: त्यांची काय पोस्ट काय आहे ?? कोणाच्या अंडर आहेत ते??

परब काका: त्यांच्या अंडर कोण आहेत, हे विचारा.

MTNL मध्ये खूप मोठ्या पदावर आहेत ते. DM Deputy Manager आहेत ते.

चव्हाण काका: (आश्चर्याने) काय बोलता?

परब काका: त्यांच्यामध्ये अजिबात अहंकार नाही.

झालं काय होतं.

तर माझे बाबा म्हणजे "साधी राहणी आणि उच्च विचारसरणी. " माझे बाबा महानगर टेलिफोन निगम मध्ये उच्च पदावर कार्यरत होते. पण बरेच लोक जे उच्च पदावर असतात, त्यांचा स्वतःवर खूप अहंकार असतो. पण माझ्या बाबांच असं नव्हतं.

आम्ही खूप आधी एका नवीन सोसायटीमध्ये राहायला आलो होतो. तेव्हा तिथल्या सेक्रेटरींना बाबांच्या उच्च पदाबद्दल माहिती नव्हती.

आम्ही ज्या सोसायटीमध्ये राहायला आलो होतो. त्या सोसायटीमध्ये बहुतांशजण महानगर टेलिफोन निगममध्ये कामाला होते.

त्यामध्ये माझे बाबाच सगळ्यात उच्च पदावर होते. पण या गोष्टींचा त्यांना माज नव्हता . अहंकार नव्हता. अहंकार त्यांच्या वागणुकीत, बोलण्यात नव्हता.

तेव्हा गंमत अशी झाली होती. तर सेक्रेटरींना असं वाटलं की, बाबा कोणत्यातरी कमी पदावर आहेत. मग तेव्हा परब काकांनी त्यांना सांगितलं. वंजारे यांना अहंकार नाही. पण ते मोठ्या पदावर आहेत. DM आहेत.

(टिपणी: माझ्या बाबांचे कपडे नीटनेटकेच असायचे. उलट कॉलिटी वाले कपडे असायचेत. त्या काकांनी माझ्या बाबांना कपड्यांवरून जज नव्हतं केलं. तर पदावरून जज केलं होतं. बाबांमध्ये अहंकार नव्हता, त्यामुळे त्यांना वाटलं, पद कमी असेल.)

|| तात्पर्य||

माझ्या बाबांच असं होतं की, आपलं पद कितीही मोठं असलं. तरी माणूस म्हणून माणुसकी जपायची. माझ्या बाबांच म्हणणं होतं की, अहंकार नाही दाखवायचा किंवा मोठ्या पदाचा अहंकार नाही करायचा. कितीही मोठ पद असलं, तरी दिखावा नाही करायचा.

तुम्ही आयुष्यात कितीही मोठे झालात, कितीही यशस्वी झालात. तरी तुमचे पाय जमिनीवरच असले पाहिजेत. जसे माझ्या बाबांचे होते.

त्यामुळे जे कमी पदावर आहेत. त्याला कमी लेखू शकत नाहीत. मुळात कुठलंही काम छोट-मोठे नसतं. त्यामुळे कोणालाही कमी लेखू नका.

तुम्ही कितीही मोठे झालात, यशस्वी झालात, श्रीमंत झालात. अहंकाराला तुमच्या आत मध्ये जागा देऊ नका.

रिक्षावाला, तुमच्याकडे काम करणारे व्यक्ती हे पण माणूसच आहेत. त्यांना माणूस म्हणूनच वागवा. जशी वागणूक माझ्या बाबांची होती.

बाबांमध्ये अजिबात अहंकार नव्हता. बाबा त्यांच्या खाली काम करणाऱ्या माणसापासून ते त्यांच्या वर करणाऱ्या माणसापर्यंत सर्वांना समान वागणूक द्यायचे.

मला आठवतं, एकदा कामानिमित्त बाबा आईच्या ऑफिसमध्ये गेले होते. तेव्हा दुपारी चहाची वेळ झाली होती. तेव्हा माझ्या आईच्या ऑफिसच्या कॅन्टीन मधून बाबांनी चहा आणि वडापाव मागवला होता. तो वडापाव शिपायापासून आई सोबत काम करणाऱ्या इतर सहकाऱ्यां पर्यंत सगळ्यांसाठी मागवला होता.

यात तुम्हाला त्यांची सगळ्यांसोबतची समान वागणूक दिसून येईल. "**साधी राहणी उच्च विचारसरणी**" याच उत्तम जिवंत उदाहरण म्हणजे "माझे बाबा".

General:

मध्यभागी आमटी, भाजी, भात, चपाती, भाकरी आणि त्या भोवती गोल करून मी, आई, बाबा, माझी बहीण आम्ही सगळे जेवायला बसायचो.

बाबांनी त्यांना स्वतःला हवा तेवढा भात, भाजी, भाकरी, चपाती वाढून घेतली. प्रत्येकाने प्रत्येकाचे जेवन वाढून घेतले.

आमच्या घरात प्रत्येकजण आपापले जेवण आपापल्या वाढून घ्यायचे. मी लहान असल्यापासूनच आमच्या घरी आम्ही असंच जेवायचो.

कारण बऱ्याच घरात आजही २०२३ वर्ष सुरू असलं तरी, मी पाहिलं आहे की , घरातील मुलं आधी जेवणार.

मग मुली जेवणार.

मुली मुलांना संपूर्ण ताट वाढून देणार.

मुलांचे जेवण झालं की मग मुली जेवणार.

मुलांनी जेवलेल्या ताट मुली उचलणार. हे असले प्रकार आमच्या घरात नसायचे.

बाबांचं म्हणणं होतं. ज्याने त्याने आपल्याला वाढून घेतलं. तर आपण आपल्याला हवं तेवढं जेवण वाढून घेतल्यामुळे अन्न वाया जात नाही.

बाबा जेवण झाल्यावर स्वतःच ताट स्वतः उचलून देखील ठेवायचे.

|| तात्पर्य:||

पुरुषप्रधान माज आमच्या घरात कधीच नव्हता.

बाबांनी असा स्त्री पुरुष भेदभाव कधीच केला नव्हता. उलट कितीही मोठ यशस्वी झालं, तरी पाय नेहमी जमिनीवरच असले पाहिजे असं त्यांना नेहमी वाटायचं.

संस्कृतीच्या नावाखाली काही घरांमध्ये घरातील मुलांना सगळ्या गोष्टी हातात दिल्या जातात.

संस्कृती हे सांगत नाही की, पुरुषांना सगळ्या गोष्टी हातात द्या.

संस्कृती हे सांगत नाही,की मुलांनी आधी जेवल पाहिजे. आमच्या घरात ज्याला भूक लागला तो आधी जेऊ शकत होता.

संस्कृती हे सांगत नाही की, मुलिनीचं (गर्ल्स, women) जेवण केलं पाहिजे.

माझी आई पण वर्किंग होती.

आधी सांगितलं तसं बाबा पण आईला जेवण करायला देखील मदत करायचे. बाबा स्वतःचा चहा स्वतः गरम करून घ्यायचे.

(२)

बाबांच जेवून पूर्ण झालं होतं. जेवण झाल्यावर ते म्हणाले,

बाबा: अन्न देवता शुभंम भवतु||

मी: म्हणजे काय?

बाबा: माझ्या ऑफिसमध्ये एक जण आहे. तो जेवून झाल्यावर असं म्हणतो.

मी: पण याचा अर्थ काय?

बाबा: म्हणजे अन्न देवतेला, अन्नाला, अन्न बनवणाऱ्या प्रत्येकाला थँक्यू बोलायचं.

|| **तात्पर्य**||

जेवणाबाबत कृतज्ञतेचा (thankful. grateful असणे) संस्कार यातून बाबांनी आम्हाला दिला.

कृतज्ञतेचा (thankful, grateful असणे) धडा प्रत्येक आई-बाबांनी आपल्या मुलांना दिला पाहिजे. कृतज्ञता म्हणजे आपल्याकडे असलेल्या गोष्टीबाबत मनापासून धन्यवाद वाटण.

बरेच लोक नकळतपणे आपल्याकडे नसलेल्या गोष्टींसाठी सतत रडत असतात. पण आपल्याकडे असलेल्या गोष्टींसाठी कधीच धन्यवाद बोलत नाही.

कृतज्ञतेचा (thankful, grateful असण्याचा) हा संस्कार प्रत्येक आई-बाबांनी कुठल्या ना कुठल्या मार्गाने आपल्या मुलांचा अंगात रुजू.

करायला हवा.तुमच्या मुलांना कोणत्या ना कोणत्या योग्य मार्गाने कृतज्ञतेचा (thankful) राहण्याचा धडा शिकवायला हवा. जेव्हा आपल्याकडे आपले बाळ एखादी गोष्ट मागतो.समजा उदाहरणार्थ तुमच्या मुलाने तुमच्याकडून नवीन कपडे घेण्याचा हट्ट केला.अशा वेळी त्याला कृतज्ञनतेच (thankful, grateful रहाण्याचे महत्व) समजावून सांगा.जस की बाळा आपण तुला नवीन कपडे घेऊच. पण तुला माहीत आहे का, किती तुझ्या एवढी लहान मुले आहेत त्यांना तर दोन वेळच जेवण देखील मिळत नाही.

(टिप्पणी: हे समजावताना तुमच्या मुलांना कोणत्याही प्रकारचा टोमन मारुन समजावून नका किव्वा रागावून समजावून नका.अगदी प्रेमाने आत्मविश्वासाने ठामपणे त्यांना thankfulness चा धडा द्या.रागाने,ओरडुन सांगितलं तर ते तुमच्या मुलांना नाही कळणार.)

मग तुम्ही(आई बाबानी) त्याला प्रतेक्ष अनाथ आश्रमात घेऊन जाऊन किव्वा रस्त्यावर जी मूल राहतात.त्यांच्या जवळ नेऊन पटवून द्या की, या मुलांकडे आई बाबा देखील नाहीत.बेटा, रोज तुला आम्ही जवळ घेऊन तुला काय हवे नको ते बघतो.पण यांचाकडे तर आई बाबाच

नाही आणि या रस्त्यावरच्या मुलांकडे तर दोन वेळच जेवण पण नाही,रहायला घर नाही, शाळेतही जात नसतील.तर बेटा आपल्याकडे आई बाबा आहेत, रहायला घर आहे, जेवायला दोन वेळच जेवण आहे त्यासाठी दररोज देव बाप्पाला "थैंक यू" बोलायचं.आता आपण तुला नवीन कपडे घेऊच त्यासोबत तुझे जुने कपडे,जुनी खेळणी जी तू वापरत नाही,तुझी गेल्या वर्षीची शाळे ची पुस्तक ती या मुलांना देऊ.त्यासोबत नवीन खाऊ घेऊन देखिल या मुलांना देऊ.

मग त्याला विचारा की, बाळा आज आपण काय शिकलो, आपल्याकडे असलेल्या प्रत्तेक गोष्टी साठी आपल्याला अगदी मनापासून thankful राहिले पाहिजे.

बाळा आज पासून आपण रोज एक खेळ खेळूया.रोज रात्री झोपायला जायचा आधी तु मला मोजून सांगायचं की दिवस भरात कोण कोणत्या आणि किती गोष्टीं साठी तू thankful आहे?मी पण तुला सांगेल की, मी कोणकोणत्या गोष्टीं साठी आणि किती गोषींसाठी thankful आहे.समजा तू पूर्ण दिवस भर १५ गोष्टीं साठी thankful असलास.आणि मी १३ गोष्टीं साठी thankful असतो तर तू जिंकलास.

आणि बाळा दर महिन्यातून २ वेळ आपण या अनाथ मुलांना खाऊ घेऊन देऊया.आणि त्यांना पण शाळे साठी काही लागत असेल ते घेऊन देऊया.

अशा मुळे तुमचा मुलांच्या मनात thankful राहण्याचे मनात पक्क बसेल.आजकाल लोक डिप्रेशन मधे जाण्याच महत्वाचे कारण आहे त्यांचे संपूर्ण लक्ष अभावाकडे म्हणजेच त्यांच्याकडे नसलेल्या गोष्टीं कडे असते.त्यांच्या मित्र कडे एखादे खेळणे आले एन त्यांचं कडे नसेल तर, त्याच्या मित्राच्या बाबानी नवी कार घेतली.तर मित्राकडे कार आहे आपल्याकडे नाही, मित्राला चांगल्या पगाराची नोकरी लागली, मला नाही.तर निराश होतात.मित्राला गर्ल फ्रेंड आहे मला नाही.

जर लहानपणापासूनच thanful रहायला शिकवले तर ही वेळ च नाही येणार.

आणि नियमितपणे लहान प्रमाणात का होईना अनाथ मुलांना खाऊ, शाळे ची मदत करुन तुमच्या मुलांना "sharing is caring" चा धडा मिळेल.शिवाय समाजात मदत करण्याची दिशा त्याला मिळेल.

तुम्हाला परवडेल तेवढे खाऊ तर तुम्ही अनाथ मुलांना तुमचुआ मुलांच्या हातून देऊच शकतात.

कारण आजकल डिप्रेशन चा फॅड आहे.तर बऱ्याच लोकांमध्ये बऱ्याच गोष्टींचा अभावामुळे, कमतरतेमुळे डिप्रेशन येत असते. जर असलेल्या गोष्टींसाठी कृतज्ञता असली. तर याच प्रमाण कमी होईल. कारण यामुळे तुमचं संपूर्ण लक्ष तुमच्याकडे असलेल्या गोष्टींकडे असेल.

याबाबत अधिक सविस्तररित्या माझ्या आधीच्या पुस्तकांमध्ये "पैसा आणि श्रीमंती" आणि "प्रारंभ" मध्ये दिले आहे.

१७. आयुष्यातील कोणताही प्रसंग सोडवण्यासाठी ही कला अवगत असलीच पाहिजे

या चित्रात आपण पाहू शकतो की, बालपणी केलेल्या योग्य संस्कारांमुळे मुलांचे यशस्वी भवितव्य पाहायला मिळते.

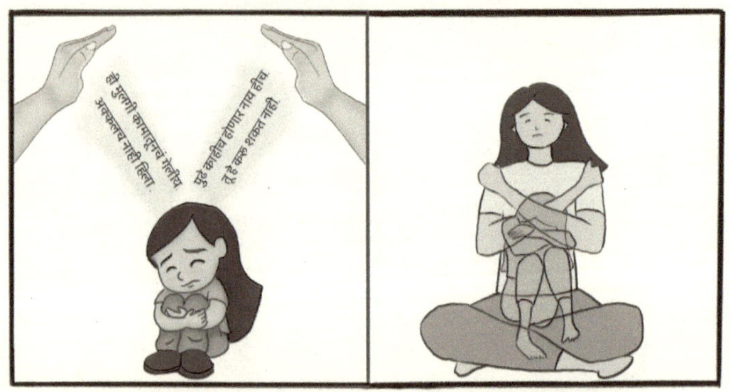

या चित्रात आपण पाहू शकतो की, बालपणी केलेल्या अयोग्य संस्कारांमुळे मानसिक आजारास बळी पडतात.

|| अनुभव १: ||

जसं मी सांगितलं की, माझे बाबा महानगर टेलिफोन निगममध्ये DM (Deputy Manager) होते. जेव्हा ऑफिसमध्ये भडकलेले कस्टमर यायचे. तेव्हा बाबांच्या खाली काम करणारे लोक, त्या भडकलेल्या कस्टमरला बाबांच्या केबीनमध्ये पाठवायचे.

बाबांच्या केबिनच्या आतमध्ये आलेला भडकलेला कस्टमर, बाबांशी बोलून झाल्यावर केबिनमधून जाताना थँक्यू बोलून जायचा. त्याच्या चेहऱ्यावर एक स्माईल, एक समाधान असायच.

बाबा आलेल्या कस्टमरला एक ग्लास पाणी द्यायचे. त्यांच म्हणणं ऐकून घ्यायचं. त्यांच्या समस्येवर समाधान सांगायचे.

हा अनुभव बाबा मला नेहमी सांगायचे, “माझ्या ऑफिसमध्ये, नेहमी, माझ्या खाली काम करणारे लोक, सगळ्यात भडकलेले कस्टमर पाठवायचे. मी त्यांना शांत करायचो. जाताना तो कस्टमर शांत व्हायचाच. त्याबरोबरच मला थँक्यू बोलून नक्की जायचा.”

टिपणी: हा संपूर्ण संवाद जो माझ्या बाबांमध्ये आणि कस्टमर सोबत असायचा, त्यात माझ्या बाबांचा आवाज शांतच असायचा. ते शांतपणे आणि ठामपणे मुद्देसुद बोलायचे.

|| **तात्पर्य**:||

सांगायचा मुद्दा हा की, माणूस कितीही भडकलेला असेल. तेव्हा त्या परिस्थितीत बाबा त्याला शांत करून, परिस्थिती आटोक्यात आणून, त्या माणसाचं प्रॉब्लेम सॉल्व करायचे. तो माणूस बाबांना थँक्यू बोलून जायचा. हे सर्व एका भेटीतच घडायचे.

१) परिस्थिती कोणतीही असू दे, शांतपणे ठामपणे मुद्देसूद बोलता येण्याची कला अवगत करायला हवी.

२) परिस्थिती काहीही असू दे. तुम्हाला तुमचं म्हणणं योग्य शब्दात मांडता आलं पाहिजे आणि जे मांडल ते समोरच्याला कळलं पाहिजे.

३) एकंदरीत या अनुभवांवरून मला असं दिसून येते की, अशा कठीण परिस्थितीत देखील उपाय निघू शकतो.

फक्त आपल्याला डोकं शांत ठेवून प्रॉब्लेमची चिंता न करता, “उपाय” हुशारिने शोधले पाहिजेत.

||अनुभव २:||

माझ्या बाबांनी जणू, शब्दांनी लोकांना हाताळायची पीएचडी केली होती. याचं दुसर उदाहरण म्हणजे हा अनुभव.

माझ्या सासू नेहमी खूप गप्पा मारायची.

माझ्या सासूला कधी फोन केला, तर कमीत कमी अर्धा तास बोलायची. जरी जवळचा कोणी व्यक्ती नसला, दूरचा नातेवाईक असला तरी कमीत कमी अर्धा तास बोलायची.

पण एकदा काय झालं. माझ्या सासूचा बाबांना सहजच फोन आला होता.

बाबा जरा कामातच होते. बाबांनी चक्क पाच मिनिटात बोलून फोन ठेवला.

मी: असा कसा लगेचच ठेवला फोन? ?मला वाटल, आता अर्धा एक तास गेलाच गप्पांमध्ये.

बाबा: बोल़लो ना मी माझं काम होतं.

मी: हा पण त्या कधी बोलायचं थांबत नाहीत. कमीत कमी अर्धा तास तर नक्कीच बोलतात.

बाबा: कोणाशी किती आणि कधी बोलायच, याचा रिमोट कंट्रोल तुझ्या हातात असला पाहिजे.

|| तात्पर्य:||

आपल्या priority नुसार आपल्याला कधी कोणाशी किती वेळ बोलायचे याचे गणित जमवता आले पाहिजे.

|| धड्याचा सारांश:||

या दोन्ही अनुभवातून आपण पाहिले की, बाबांनी हुशारीने प्रत्येक परिस्थिती हाताळलेली आहे.

आयुष्याच्या प्रत्येक टप्प्यावर येणाऱ्या गुंतागुंतीच्या प्रसंगात हुशारीने अलगद गाठ सोडवायची ही कला आपल्या मुलांमध्ये प्रत्येक आई-बाबांनी विकसित करायला पाहिजे.

१८. मुलांवर संस्कार करता स्वतःबाबत ही चूक कधीच करू नका

या चित्रात आपण पाहू शकतो की, बालपणी केलेल्या योग्य संस्कारांमुळे मुलांचे यशस्वी भवितव्य पाहायला मिळते.

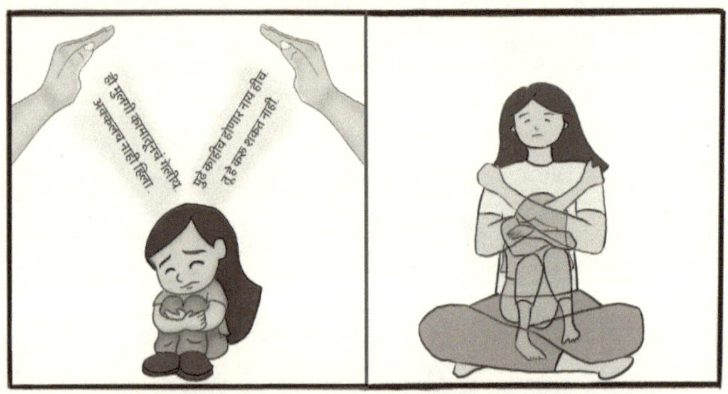

या चित्रात आपण पाहू शकतो की, बालपणी केलेल्या अयोग्य संस्कारांमुळे मानसिक आजारास बळी पडतात.

सुरुवातीपासून इतके धडे वाचत आला आहात. त्यावरून एक गोष्ट नक्कीच कळली असेल की, माझ्या बाबांचा भर हा आमच्यावर वेगवेगळ्या प्रकारे संस्कार देण्यात होता आणि त्यासोबतच माणूस म्हणून घडवण्यात होता.

पण हे सर्व करत असताना, ते, स्वतःच आयुष्य, आनंदाने जगत होते. ते देखील तितकंच खरं आहे.

म्हणजे मी बरेच असे आई-बाबा पाहिलेत. त्यांना स्वतःच अस आयुष्यच नसतं. त्यांना विचारलं ना की तुम्हाला काय हवंय? किंवा तुमच्या आयुष्यात तुमची काय इच्छा आहे? तुमची महत्त्वकांक्षा काय आहे?

तर त्यांच एकच उत्तर असतं, "आमच्या मुलांच चांगलं झालेल पाहिजे. बस एवढंच हवय आम्हाला, बाकी काही नको.."

त्यांना परत प्रश्न विचारला की, "तुम्हाला स्वतःसाठी काय हवंय?"

त्यांचे उत्तर सारखंच असतं. "मुलांचे सुख तेच आमचं सुख.स्वतःसाठी काही नको. मुलांचे चांगलं झालेल हव. बाकी काही नको. "

म्हणजे त्यांचे स्वतःच असं आयुष्य असं नसतं. ठीक आहे प्रत्येक आई बाबांना आपल्या मुलांच चांगलं होणं वाटणं, हे साहजिकच आहे. पण मुलांच आयुष्य मुलांना जगाव लागत. ते आयुष्य तुम्ही जगून चालणार नाही ना. तसं तुमच आयुष्य देखील तुम्हाला जगावच लागेल.

तुमचं स्वतःचं देखील आयुष्य आहे. स्वतःच्या आरोग्याकडे म्हणजेच स्वतःच्या शारीरिक, मानसिक आरोग्याकडे, स्वतःच्या टॅलेंटकडे त्यांच अजिबात लक्ष नसतं.

मग अशा आई बाबांच्या, जेव्हा त्यांच्या पाखरांना पंख फुटतात आणि भुरकन आकाशात उडून जातात. तेव्हा त्यांना घरटं रिकाम रिकाम वाटायला लागते.

त्यांची मुलं जेव्हा लग्न करून किंवा करिअरसाठी परदेशात निघून गेल्यावर, अचानक एकटेपणा जाणवतो आणि मग ते नैराश्याकडे जातात. (Disclaimer: This is one of the scenario)

|| तात्पर्य:||

सांगण्याचा मुद्दा हा की, तुम्ही असं वागून तुम्ही स्वतः सोबतच तुमच्या मुलांच देखील नुकसान करत आहात, ते कसं काय ते आपण बघूया.

१) तुमचं स्वतःचं असं आयुष्य आहे. तर "तुमची मुलं", हे एवढंच, तुमचं जग नाही.

उदाहरण देते. तुम्ही आई बाबा आणि तुम्हाला छान गोंडस अशी मुलं आहेत. समजा तुमच्या डॉक्टरांनी सांगितले की, तुम्ही आजारी आहात आणि तुम्हाला पूर्णपणे आराम करायचा. इतका आराम करायचा की, तुम्ही बेडवरून उठायचं देखील नाही. समजा तुम्ही असे आजारी पडलात. तर तुम्ही तुमच्या मुलांसाठी काही करू शकता का? नाही ना?

तुम्हाला तुमचे शारीरिक आणि मानसिक काळजी घेणं, हे तितकंच महत्त्वाचं आहे.

मुलांना जगायचं कसं, ते मार्ग दाखवा आणि उत्तम असे संस्कार पण करा.

- पण ते करताना स्वतःच जगणं विसरू नका.
- पण ते जगताना स्वतःचा आयुष्य जगायला विसरू नका.
- पण ते जगताना स्वतःवर प्रेम करायला विसरू नका.
- पण ते जगताना स्वतःलाच किंमत द्यायला विसरू नका.

- पण ते करताना स्वतःची काळजी घ्यायला विसरू नका.

- पण ते करताना आयुष्य आनंदाने जगायला विसरू नका.

या सर्व गोष्टी माझ्या बाबांनी केल्या.

स्वतःलाच किंमत नाही दिली, तर कोणीच तुम्हाला किंमत देणार नाही.

माझ्या बाबांनी आमच्यावर संस्कार करता करता, स्वतःची शारीरिक आणि मानसिक काळजी कशी घेतली होती, हे आपण मागच्या धड्यांमध्ये पाहिल आहे.

२) कधीकधी मुलं अगदी लहान असल्यापासूनच, त्यांचे आई-बाबा, हे, मुलांचे निर्णय, स्वतःच घेतात.लहान लहान निर्णय देखील त्यांचे आई-बाबा घेतात. त्यामुळे बऱ्याचदा काय होते, अशी मुलं मोठी होतात, तेव्हा ते स्वतःचा निर्णय, स्वतः कधीच आत्मविश्वासाने घेऊ शकत नाही. आता त्यांना नेहमीच कोणा ना कोणावर अवलंबून राहावं लागतं.

कारण आई-बाबांच्या अशा वागण्यामुळे ते आपल्या स्वतः च्या मुलांची निर्णय घेण्याची क्षमता गमावून बसतात.

मुलांवर उत्तम संस्कार करा.तुम्ही फक्त तुमच्या पिल्लांना उडायचं कसं ते शिकवू शकता. पण “उडायचं”, हे त्यांचं, त्यांनाच, लागेल. हे संस्कार करत असताना, नकळतपणे, तुम्ही, त्यांना, तुमच्यावर, अवलंबून राहण्याची सवय तर लावत नाही आहात ना, याची काळजी नक्की घ्या.

ही काळजी माझ्या बाबांनी घेतली. माणूस म्हणून कसं जगायचं, हे त्यांनी आम्हाला शिकवलं. पण हे शिकवताना ते स्वतःच देखील आयुष्य आनंदाने जगत होते. स्वतःचे शारीरिक आणि मानसिक आरोग्याची काळजी देखील घेत होते.

१९. तुम्ही नकळतपणे तुमच्या मुलांशी असं तर वागत नाही आहात ना

या चित्रात आपण पाहू शकतो की, बालपणी केलेल्या योग्य संस्कारांमुळे मुलांचे यशस्वी भवितव्य पाहायला मिळते.

या चित्रात आपण पाहू शकतो की, बालपणी केलेल्या अयोग्य संस्कारांमुळे मानसिक आजारास बळी पडतात.

आता पर्यंतच्या धड्यामध्ये आपण पाहिलं की, बाबांनी आमच्यावर खूप छान संस्कार केलेत.

पण ते करत असताना आमच्यावर कोणत्याही गोष्टीची जबरदस्ती केली नाही.

म्हणजे उदाहरणार्थ :

- त्यांनी आम्हाला काही करायला सांगितले.

बाबा: या परिस्थितीमध्ये हे तू केलं पाहिजे

पण समजा जर माझं मत ते जे सांगतात ते करण्याबाबत वेगळं असलं आणि ती गोष्ट मी नाही केली.

तर बाबा त्यांच मत एक दोनदा पुन्हा नीट सांगतात. पण जबरदस्ती करत नाहीत की, हे करच असं.

टिपणी:

१. याचा अर्थ असा नाही की, त्यांनी आम्हाला लाडावून ठेवलं, डोक्यावर बसवून ठेवलं. अशातला भाग नाही. तर त्यांनी आमच्या मतांचा आदर केला.

२. ते एकदा दोनदा सांगतात आणि मग सोडून देतात.

मी खूप असे आई-बाबा पाहिले आहेत. जे आपलं म्हणणं मुलांकडून करूनच घेतात. मुलांना त्यांच्यासमोर बोलण्याचा पर्याय नसतो. त्यांच्या आई-बाबांना असं वाटतं की, जर मुलांचं मत त्यांच्या मतापेक्षा वेगळे असले, तर ते त्यांचा अनादर करत आहेत.

पण मत तर वेगळी असूच शकतात.

काही आई-बाबा खूप dominating असतात. मुलांची मत वेगळी असली की आई-बाबांचा इगो hurt होतो.

- असं तुमच्या बाबतीत, तर घडत नाही आहे ना?

- तुम्ही तुमची मत तुमच्या मुलांवर लादत तर नाही आहात ना?

- तुम्ही तुमच्या मुलांवर कोणत्याही प्रकारची जबरदस्ती करत नाही आहात ना?

- तुमची मत तुमच्या मुलांनी नाही ऐकले, तर तुमचा ego hurt होतो आहे का?

याची पडताळणी नक्की करा.

|| तात्पर्य:||

१. आपल्या मुलांवर कोणत्याही प्रकारची जबरदस्ती करून काही साध्य होणार नाही आहे.

२. उलट त्यामुळे तुमच्यात आणि त्यांच्यात दुरावा वाढेल.

३. "मतभेद" याचा अर्थ अनादर होत नाही.

४. तुम्ही सांगण्याचा काम केलं. पण तुम्ही जबरदस्ती करू नाही शकत.

PS:यात वेगवेगळे scenarios असू शकतात.

१) कदाचित आई-बाबांनी सांगितलेली गोष्ट मुलांसाठी योग्य असेलही, पण मुल काही परिस्थितीमुळे ते करू शकत नसतील. तर मुलांना समजून घेण्याचा प्रयत्न करा. त्याने तुम्हाला न सांगितलेल्या गोष्टी देखील समजण्याचा प्रयत्न करा.

२) जरी तुमचे आई बाबा तुम्हाला कंट्रोल करत असतील, पण कदाचित पुढे जाऊन मुलांना कळेल की, बरं झालं आई-बाबांच ऐकलं म्हणून.

३) समजा मुलांनी तुमचं नाही ऐकलं. पण तुमच्या मुलाने जो मार्ग अवलंबला कदाचित तोच त्यांच्यासाठी जास्त फायदेशीर असेल.

४) बऱ्याचदा काय होतं. आई बाबा यांचे म्हणणं बरोबर असेलही पण त्यांनी योग्य त्या शब्दात न मांडता जर त्यांनी जबरदस्ती केली, तर त्यामुळे गैरसमज निर्माण होऊन, तर या जबरदस्तीमुळे मुलं ती गोष्ट नाही करत.

५) बऱ्याचदा काय होतं. आई-बाबांच मुलांना आणि मुलांचं आई-बाबांना एकमेकांना सांगताना जे शब्द वापरले जातात. त्या शब्दांची मांडणी योग्य प्रकारे न केल्यामुळे आई-बाबा आणि मुलांमध्ये गैरसमज निर्माण होऊ शकतात. त्यामुळे मुद्दा एकमेकांपर्यंत नीट पोहोचू शकत नसेल.

पुढचा धडा तुम्हाला याबाबत जास्त स्पष्टता देईल

२०. संवादाबाबत या गोष्टी प्रत्येक आई-बाबांना माहीत असल्यास पाहिजे

या चित्रात आपण पाहू शकतो की, बालपणी केलेल्या योग्य संस्कारांमुळे मुलांचे यशस्वी भवितव्य पाहायला मिळते.

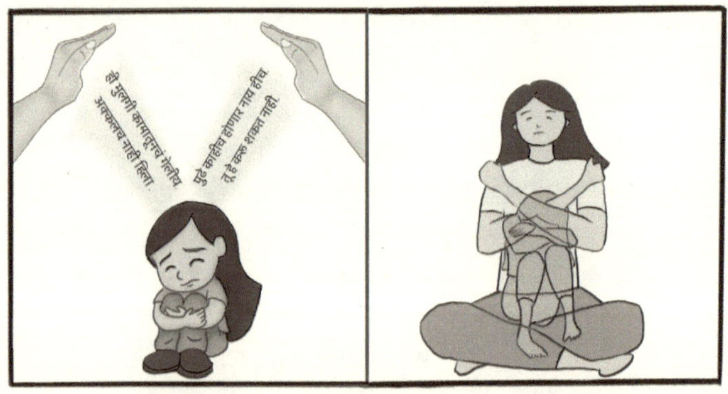

या चित्रात आपण पाहू शकतो की, बालपणी केलेल्या अयोग्य संस्कारांमुळे मानसिक आजारास बळी पडतात.

(१)

• मी शाळेत असताना:

मी: आज काय झालं माहित आहे बाबा

बाबा: काय झालं??

मग गप्पांचा पूर यायचा.

• मी कॉलेजला असताना:

मी: आज काय झालं माहित आहे???बाबा

बाबा: काय झालं??

मग गप्पांचा पूर यायचा.

• मी ऑफिसला असताना:

मी:आज काय झालं माहित आहे??? बाबा

बाबा: काय झालं??

मग गप्पांचा पूर यायचा.

• मी लग्न झाल्यावर:

मी:आज काय झालं माहित आहे??बाबा

बाबा: काय झालं??

मग गप्पांचा पूर यायचा.

शाळा असो, कॉलेज असो, ऑफिस असो, लग्न झालं असू दे, प्रत्येक दिवशी आमच्या दररोज गप्पा व्हायच्या आणि बाबा उत्तम श्रोता होता.

मी ऐकतो आहे. असं भासवायचा तरी. कधी कधी बाबा कामात असल्यावर आणि माझ्या बोलण्याकडे लक्ष नसलं असं मला जाणवलं की मी लगेच विचारायचे.

मी: सांग मी काय काय बोलले आता.

मग बाबा सांगायचे मी काय काय बोलले ते. कधी कधी लक्ष नसेल, तर एखाद दुसरा पॉईंट विसरायचा.

पण प्रत्येक माणसाला अजून काय हवं असतं?आपण जे बोलतोय ते ऐकणारा.

मन कसा मोकळा होत. अगदी हलक वाटत.

|| तात्पर्य||

आई-बाबा आणि मुलांमध्ये हा संवाद खूप महत्त्वाचा असतो. तुमचा आणि तुमच्या मुलांमध्ये हा संवाद आहे का?

बऱ्याच आई-बाबांचे उत्तर असेल की, आजच्या धावपळीच्या जीवनामध्ये एवढा वेळ कोणाकडे आहे?

मुलं जन्माला घातला आहात, हा खेळ नाही आहे. मूल जन्माला घातले , जबाबदारी तर तुम्हाला पार पाडावीच लागेल. थोडा वेळ का असे ना, कॉलिटी वेळ घालवा. हा त्यामागचा उपाय आहे.

माझं लग्न झालं असलं तरीदेखील मी ऑफिस घर सांभाळून देखील बाबांशी दररोज गप्पा मारायची.

मला नव्हता का संसार? मला नव्हता का स्वयंपाक करायचा? मला नव्हतं का ऑफिस आणि घर सांभाळायची कसरत? होतीच ना? माझे बाबा पण वर्किंग होते. ते देखील माझ्यासाठी वेळ काढायचे.

सांगायचा मुद्दा हा दररोज थोडा वेळ का होईना कॉलिटी वेळ काढा आणि आपल्या मुलांना वेळ द्या.

(२)

मी आणि बाबा मध्ये वडील मुलीच्या नात्यासोबतच मैत्रीचं नातं होतं. आम्ही एकमेकांचे मित्र होतो.

कॉलेजमध्ये असताना तर जेव्हा मी बाबाशी फोनवर बोलायचे. तेव्हा तर माझ्या आजूबाजूला असलेल्या मैत्रिणींना हे कळायचं सुद्धा नाही की, मी मित्राशी बोलते आहे की माझ्या बाबांशी बोलते आहे.

कारण आमच्यातला संवाद हा मैत्री सारखाच होता .

- माझ्या बऱ्याच मैत्रिणी माझ्यावर जळायच्या.(jealousy) कारण त्यांचं त्यांच्या बाबांसोबत असं मैत्रीचं नातं नव्हतं. - काही मैत्रिणी तर त्यांच्या बाबांशी बोलायला घाबरायच्या.

- काही मैत्रिणींचा तर त्यांच्या बाबांशी बोलणं तर व्हायचं. पण इतक्या मित्रत्वाने बोलण नाही व्हायचं. त्यांचा संवाद हा औपचारिक संवाद असायचा.

आमच्या नात्यांमध्ये एक बॉण्ड होता, एक अटॅचमेंट होती. त्यामुळे मी सहज त्यांच्याबरोबर वेगवेगळ्या विषयावर गप्पा मारू शकत होते.

याचा अर्थ असा नाही की, त्यांनी फक्त लाड केले किंवा डोक्यावर बसवून ठेवलं.त्या लाडासोबत त्यांनी संस्कारही केले. त्याच्या सोबतच काय करावे, काय नको करू हे देखील सांगितले. कधी जबरदस्ती देखील नाही केली.

त्यामुळे आमचे निर्णय आम्हाला घ्यायला आम्ही सक्षम झालो. त्यामुळे बाबांच्या संस्कारासोबतच आमचे स्वतःचे अनुभव देखील जोडीला होते. आम्ही आमच्या अनुभवातून देखील शिकतच होतो. आमच्या मतांचा देखील आदर केला.

संस्कार, आमच्या मतांचा आदर, मैत्री यांची उत्तम सांगड त्यांनी घातली होती. त्यामुळे बाबांशी बोलताना कधीच दडपण नाही आलं.

|| तात्पर्य||

हिटलरसारखी दडपशाही कधीच आपल्या मुलांवर करू नका. उलट मैत्री करा.

ते म्हणतात ना जेव्हा एखाद्या मुलीचं लग्न होतं, तेव्हा तिला म्हटलं जातं की, नवऱ्याच्या हृदयाचा रस्ता हा त्याच्या पोटातून जातो. उत्तम स्वयंपाकाने देखील त्याच मन जिंकता येईल. (टिपणी नवऱ्यासाठी बायकोने स्वयंपाक करावा हा इथे मुद्दा नाही. ही म्हण आठवली. मी जे सांगते त्याच्याशी संबंधित वाटलं म्हणून सांगितलं.)

अगदी तसंच जर तुम्हाला तुमच्या मुलांसोबत तुमचं नातं कायम सुंदर ठेवण्यासाठी त्याचा रस्ता हा मैत्रीतून जातो. वडीलकीच्या नात्यासोबतच जर मैत्रीची बीज जर लहानपणापासून घातले, तर ते तुमचं नातं अधिक सुंदर, बहरत जाईल. त्या तुमच्या नात्याला अजूनच परिपक्वता येईल.

नात्यांमध्ये सहजता येईल आणि तुमची मुलं तुम्हाला कोणतेही विषय असू दे, कोणतेही प्रॉब्लेम असू दे, अगदी सहजरीत्या तुमच्यासमोर एखाद्या open book सारखं तुमच्यासमोर सगळ्या गोष्टी शेअर करतील, ते देखील अगदी स्वतःहून, अगदी आनंदाने.

(३)

क.

गावडे: साहेब पुढच्या आठवड्यात दोन दिवसाची सुट्टी हवी आहे.

बाबा: सुट्टी ??सुट्टी आहे ना शनिवार रविवारी सुट्टी असते ना मग मागायची का गरज आहे.

गावडे: तसं नाही सर.

वीक डेज मध्ये सुट्टी हवी आहे.

माझ्या बाबाचा सेन्स ऑफ ह्युमर म्हणजेच विनोद बुद्धी अमेझिंग होती. हे तर एक साधेस उदाहरण दिल.

(गावडे या आमच्या बाबांच्या ऑफिसमध्ये काम करणाऱ्या सहकारी. माझे बाबा जसे मोठे ऑफिसर होते. तर बाबांकडे त्यांच्या खाली काम करणारे लोक सुट्टी मागायला यायचे.)

ख.

ही विनोद बुद्धी गंभीर प्रसंग शांत करायला खूप मदत करायची. बऱ्याचदा गंभीर प्रसंगात वातावरण तापलेल

असताना वातावरण शांत करताना बाबांची ही विनोद बुद्धी कामी यायची. मला असं व्हायचं कसं सुचतं, असं गंभीर प्रसंगात पण विनोद करायला. कदाचित त्यांच्या याच विनोद बुद्धीमुळे आम्हाला गंभीर प्रसंगात देखील हसायला शिकवलं आहे. आता बाबा नाही मग त्यांचे आता गंभीर प्रसंगातील विनोद सुद्धा नाहीत. पण आता गंभीर प्रसंगाला बघून आपसूकच हसायला येत. कदाचित बाबांच्या या विनोद बुद्धीची इतकी सवय झाली. त्यामुळे असेल कदाचित.

मग त्या गंभीर प्रसंगाची तीव्रता कमी होते. त्यामुळे त्यावर उपाय लगेच सुचतात.

संवाद कम्युनिकेशन म्हणा कोणत्याही प्रकारे आपलं म्हणणं समोरच्याला समजाव. मग तो विनोदाच्या माध्यमातून का असेना. त्यामुळे समोरचा माणूस लगेच कम्फर्टेबल होऊन जातो. जसे "ज्याच विनोद बुद्धी उत्तम त्याचं कम्युनिकेशन देखील उत्तम." असं म्हणायला हरकत नाही. कारण आम्ही हे बाबांच्या माध्यमातून अनुभवलं आहे.

ग.

ही विनोद बुद्धी फक्त गंभीर प्रसंगातच नसायची. तर नेहमी दिनक्रमात देखील असायची. त्यामुळे आमच्या घरातलं वातावरण नेहमी हसत खेळत असायचं.

आपल्या घरातलं वातावरण कसं हसत खेळत ठेवायचं . हे माझ्या बाबाकडून शिकलं पाहिजे. त्याच्याकडे तो इनबॉट टॅलेंटच होता, असं म्हणायला हरकत नाही.

तर तुम्ही आई-बाबा म्हणून तुमचं घर हसत खेळत ठेवायला काय करता? हे खूप महत्त्वाच आहे. घरातलं वातावरण हसत खेळत असलं की, तुमची मुलं अजून खुलून येतील, आनंदात राहतील. आनंदमय वातावरणात त्यांच्यावर अजून चांगले संस्कार होतील.

|| **तात्पर्य**:||

क) विनोद बुद्धीमुळे गंभीर प्रसंग हलकेफुलके होऊन जातात. आणि त्या प्रसंगावर मात करण्याचा जणू नव बळच मिळतं.

ख) संवाद कम्युनिकेशन मध्ये ही विनोद बुद्धी अत्यंत मोलाची कामगिरी करते.

ग) प्रत्येक आई-बाबांना आपल घरातलं वातावरण हसत खेळतं करण्याच महत्व पटलं पाहिजे. ते पटल्यावर मगच ते आपल्या घरातलं वातावरण हसत खेळत करण्यासाठी नियमितपणे दररोज प्रयत्न नक्की करतील.

जेव्हा केव्हा तुमचा संवाद तुमच्या मुलांसोबत घडेल तो हसतमुख असेल, उत्साहवर्धक असेल, एकमेकांची प्रगती वाढवणारी असेल याची काळजी नक्कीच घ्या. या उलट एकमेकांची मस्करी करून एकमेकांचा अपमान करणारी नसावी. मस्करीतही एकमेकांचं उन धुणं न काढता. प्रेमाने त्यांच्या कलेने घेऊन देखील वाईट गोष्टी/ सवयी दाखवून देऊ शकता. त्यासाठी तुमच्या मुलांना उद्देशून अपमानाची, टोमण्याची भाषा असलीच पाहिजे असं नाही. याची काळजी माझ्या बाबांनी घेतली. तुम्ही देखील घ्या.

थोडक्यात काय कम्युनिकेशन डेव्हलप करायला ही विनोद बुद्धी उत्तम आहे. पण प्रत्येकाचेच विनोद बुद्धी उत्तम नसते. पण प्रत्येकाला आपापलं कम्युनिकेशन डेव्हलप करण तितकाच महत्त्वाचा आहे. त्यामुळे प्रत्येकाला त्याच्या खाजगी आणि व्यवसायिक आयुष्यात कम्युनिकेशनचा उपयोगच होईल.

आता जेव्हा मी मागे वळून पाहते तेव्हा लक्षात येतं.

माझ्या बाबांकडून हे कम्युनिकेशन डेव्हलप करण्याचं विनोद बुद्धीमुळे आम्ही शिकलो. म्हणजे त्यांच्या विनोद बुद्धीमुळे समोरचा माणूस कितीही अनोळखी असला तरी तो कंफर्टेबल होऊन जायचा. संवादामध्ये समोरच्या अनोळखी माणसाला कम्फर्टेबल करणे. हा एक कम्युनिकेशनचाच भाग आहे.

प्रत्येक आई-बाबांची ही जबाबदारी आहे की त्यांनी आपापल्या मुलांमध्ये हे कम्युनिकेशन डेव्हलप करण्यासाठी आपापल्या परीने प्रयत्न करावा. त्यामुळे कम्युनिकेशन स्किल इम्प्रू केल्यामुळे तुमच्या मुलांच्या खाजगी आणि व्यवसायिक आयुष्यात कम्युनिकेशन स्किल्सचा उपयोगच होईल.

||धड्याचा सारांश:||

संवाद, आई-बाबा आणि मुलांमधील संवाद याबाबतीत विविध पैलू आपण या धड्यात अधिक खोलात पाहिलेत.

२१. अनुभवांची शिदोरी

या चित्रात आपण पाहू शकतो की, बालपणी केलेल्या योग्य संस्कारांमुळे मुलांचे यशस्वी भवितव्य पाहायला मिळते.

या चित्रात आपण पाहू शकतो की, बालपणी केलेल्या अयोग्य संस्कारांमुळे मानसिक आजारास बळी पडतात.

कधी कोणत्याही विषयाबद्दल बाबाला काही विचारलं की, बाबाला काही विचारलं, तर बाबाचं लगेच उत्तर तयार असायचं. जसं की प्रश्न आधीच माहिती होता. इतक्या त्वरित उत्तर यायचं.

उत्सुकतेने मी नेहमी विचारायचे, “एवढ्या लवकर कसं काय उत्तर आलं?” तर बाबांचं उत्तर ठरलेलं असायचं, “.तुझ्यापेक्षा चार पावसाळे जास्त पाहिले आहेत मी.”

पण आता जेव्हा ते नाही आहेत. तेव्हा असा प्रश्न स्वतःला नेहमीच विचारायचो की, “आता बाबा असते तर बाबांनी काय उत्तर दिलं असतं?”

“बाबा कसा वागला असता? “

“बाबांनी ही परिस्थिती कशी हाताळली असती? “

“बाबांनी काय सल्ला दिला असता? “

आयुष्य कसं जगायचं, हे त्यांनी शिकवलं. पण म्हणजे मी हे नाही म्हणत आहे की, आम्ही त्यांच्यावर पूर्णपणे अवलंबून होतो. पण प्रत्येक परिस्थितीमध्ये त्याचा सहवास होता. त्याच्याशी संवाद असायचा.

प्रत्येक दिवशी बोलणं असायचं. त्यामुळे सुरुवातीला ती पोकळी जाणवली. “बाबा असता तर तो कसा वागला असता?” हे कायम डोक्यात यायचं.

मग त्यावेळेला त्यांनी दिलेली संस्कारची शिदोरी कामी यायची. मग मेंदू एक एक युक्त्या समोर आणून द्यायचा. “बाबा असले असते, तर त्यांनी नक्कीच ही शक्कल लढवली असती.असा वागलं असता बाबा. त्यांनी असं केलं असतं. बाबा असता तर, त्यांनी ही परिस्थिती हसत हसत सामोरे गेली असती”

|| तात्पर्य ||

- प्रत्येक आई-बाबा त्यांच्या अनुभवांची ही शिदोरी त्यांच्या मुलांसमोर मांडत असतात. पण हे अनुभव योग्य प्रकारे सकारात्मक दृष्ट्या मुलांसमोर मांडण गरजेच आहे. जसं माझ्या बाबाने केल तसं.

- आई-बाबांच्या आयुष्यात, अनुभवात जर नकारात्मक घटना असतील. तर त्याची भीती मुलांच्या मनात न

घालता त्यातून काय शिकता येईल काय धडा घेता येईल हे दाखवावे.

- बाबासोबत घालवलेले पावसाळे म्हणजे अनुभव, आशीर्वाद, संस्काराची शिदोरी.

- बाबा सोबत घालवलेला प्रत्येक क्षण, संस्काराची शिदोरी आज आम्हाला अनेक प्रसंगात नकाशा म्हणून मार्ग दाखवतात.

२२. दृष्टीबाबत ही गोष्ट प्रत्येकाला माहीत असली पाहिजे

या चित्रात आपण पाहू शकतो की, बालपणी केलेल्या योग्य संस्कारांमुळे मुलांचे यशस्वी भवितव्य पाहायला मिळते.

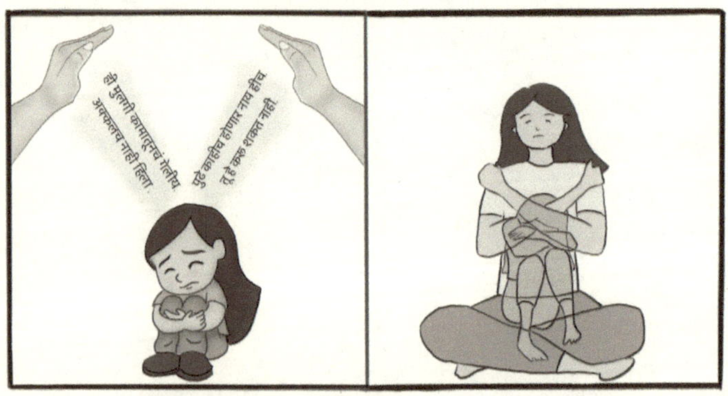

या चित्रात आपण पाहू शकतो की, बालपणी केलेल्या अयोग्य संस्कारांमुळे मानसिक आजारास बळी पडतात.

जेव्हा एखाद्या परिवारातील एखादी व्यक्ती देवाघरी जाते. तेव्हा इतर नातेवाईक चार दिवस सांत्वन करतील आणि जातील. मग जो तो व्यक्ती आपआपल्या आयुष्यात व्यस्त होऊन जातो.

अचानक जेव्हा एखाद्या परिवारासोबत असं होतं. तेव्हा त्या व्यक्तीची जागा आपण दुसऱ्या व्यक्तीं मध्ये नकळतपणे शोधायला लागतो.

पण प्रत्येक व्यक्ती युनिक असतो. कोणी कोणाची जागा घेऊ शकत नाही.

आज आम्ही बाबाला आठवतो, ते आनंदाने आठवतो. भाग्यवान समजतो असा बेस्ट बाबा मला लाभल्याबद्दल. आज बाबाला आठवतो... "आठवतो" अस म्हणता नाही

येणार. कारण आठवायला विसरलो कुठे? फक्त त्याचं शरीर नाही आहे. पण त्याचे आशीर्वाद आहेत, संस्कारांची शिदोरी आहे, "आयुष्य चांगला माणूस म्हणून जगायला शिकवले" तुमची प्रत्येक शिकवण आहे, जी कायम पावलो पावली आम्हाला मार्गदर्शन करते.

पण हे नक्की सांगू शकते की असा बाबा होणे नाही.

त्याच्या संस्कारात जगत आहोत.

- सकाळी उठल्यावर सकाळच्या दिनक्रमात प्राणायाम सहभागी असतंच.
- देवाला अगरबत्ती लावतो ते देखील चंदनाची असते, सेंट चंदनाचे असतात.

  चंदन बाबाला खूप आवडतं.
- कोणाचेही सकारात्मक विचार ऐकले, तर त्यात बाबाचं सहवास जाणवतो.
- विश्वप्रार्थनेचा मशीन आजही आमच्या घरात आहे. ते ऐकलं की बाबाच अस्तित्व जाणवतं.
- आजही आम्ही नियमितपणे दरवर्षी नॅशनल,इंटरनॅशनल ट्रिप करतो.

  पिकनिकला गेलो की, बाबाचा अस्तित्व जाणवत.

• कोणाशीही गप्पा मारल्या, तर बाबाचा अस्तित्व जाणवतं.

प्राणायमाच्या प्रत्येक श्वासामध्ये

असतं बाबाच अस्तित्व ||१||

देव्हारातील चंदन अगरबत्ती मध्ये

असतं बाबाच अस्तित्व ||२||

चंदनाच्या अत्तरामध्ये

असतं बाबाच अस्तित्व ||३||

विश्वप्रार्थनेच्या मशीनमध्ये

असतं बाबाच अस्तित्व ||४||

मनसोक्त मारलेल्या गप्पांमध्ये

असतं बाबाच अस्तित्व ||५||

दररोज ऐकलेल्या सकारात्मक विचारांमध्ये

असतं बाबाच अस्तित्व ||६||

नियमितपणे केलेल्या पिकनिक मध्ये

असतं बाबाच अस्तित्व ||७||

फक्त आज काय झालं बाबा..

हे ऐकायला तू नसतो

पण क्षणोक्षणी प्रत्येक प्रसंगी

संस्काराच्या शिदोरीच्या रुपात तू असतो||८||

तुझी replacement कोणीच नाही

तुझ्यासारखा best बाबा कधी होणे नाही||९||

“बाबा, जेव्हा तू अचानक निघून गेला होता, तेव्हा विश्वास नव्हता बसला.” पण त्या दिवसात आणि आजच्या दिवसात फरक हाच आहे. आता आनंदाने साजरा करतो त्याने दिलेली संस्काराची शिदोरी आणि त्याचे आशीर्वाद.

हे पुस्तक लिहिलं. त्या मागचा एकच घाट होता की, आता आजकालचे आई-बाबा जे मुलांवर संस्कार तर दूरच पण खूप चुकीची वागणूक देतात.

ते बघितलं ना की, मला खूप भाग्यवान वाटतं की, आम्ही खूप छान संस्कारात, खूप छान वातावरणात वाढलो. ते संस्कार, ते वातावरण प्रत्येक मुलाला मिळाव यासाठी या पुस्तकाचा घाट मी घातला. आम्हाला बाबांनी जे संस्कार दिले, ते देताना त्यांनी ज्या काही युक्त्या वापरल्या, आम्हाला संस्कार देताना जे वातावरण दिलं, जे शब्द वापरले, एकंदरीत या सगळ्या गोष्टी प्रत्येक आई-बाबांना

आणि प्रत्येक मुलाला उपयोगी पडावे, यासाठी या पुस्तकाचा घाट.

आमच्या बाबांनी आम्हाला नेहमीच समजून घेतल, तस तुम्ही देखील तुमच्या मुलांना नक्की समजून घ्या.

प्रत्येक आई-बाबांनी या पुस्तकात दिलेल्या गोष्टी आपल्या मुलांसोबत नक्की वापरून बघा. मग बघा तुमचं नातं वडीलकीसोबतच मैत्रीचं होईल आणि बहरत जाईल. असं सुंदर प्रेमळ नात प्रत्येक आई-बाबांच आपल्या मुलांसोबत असावं.हीच या मागची सदिच्छा....

भेटूया पुढच्या पुस्तकात लवकरच...

|| धड्याचा सारांश:||

परिस्थिती कोणतीही असू द्या. आपला दृष्टिकोन बदलला, की आपल्याला तोच प्रसंग वेगळा दिसायला लागतो.

“बाबा गेला तो क्षण”, आता मी वेगळ्या दृष्टिकोनातून बघते आणि त्या वेगळ्या दृष्टिकोनातूनच या पुस्तकाचा जन्म झाला.

आम्हाला जे उत्तम पालकत्व लाभलं, तो अनुभव, ते ज्ञान प्रत्येकाला मिळावा. हा नवीन दृष्टिकोन.

तुमच्या आयुष्यातही असे अनेक प्रसंग असतील. तेव्हा थोडं थांबा आणि तोच प्रसंग वेगळ्या दृष्टीकोनातून बघा.

मग बघा. कॅमेरा मध्ये कसं झूम out करून बघतो. तेव्हा तेच चित्र लहान दिसून आजूबाजूच्या गोष्टी देखील दिसायला लागतात. अगदी तसंच.

हे नक्की करून बघा. कोणताही प्रसंग येऊ द्या तुमचा दृष्टिकोन बदला आणि मग पुन्हा त्या प्रसंगाकडे बघा.

acknowledgement: दृष्टिकोनाबाबत ही बाब मी माझ्या गुरु अंजना कडून शिकले.

या धड्या सोबतच पूर्णविराम घेते. पूर्णविराम नाही म्हणता येणार स्वल्पविराम म्हणता येईल. कारण याच्यानंतर अजून बऱ्याच पुस्तकातून आपण पुन्हा भेटू.

My Authorised books:

- Brain hacks
- 9 to 5 job
- एक भटकता इन्सान
- पडद्यामागची चंद्रमुखी
- Goals आणि मी
- तू करता वो है, जो तू चाहता है, पर होता वो है, जो वो (खुदा) चाहता है।

More Details:

- YouTube: Author Deepa Vanjare
- Instagram: author_deepakishorvanjare
- Website: www.authordeepa.com

www.ingramcontent.com/pod-product-compliance
Lightning Source LLC
LaVergne TN
LVHW041211150826
845673LV00001B/360

* 9 7 9 8 8 9 0 6 7 8 6 0 7 *